അറിവ് പകർന്ന് തന്ന ഗുരുനാഥന്മാർക്ക് സ്നേഹപൂർവ്വം
സമർപ്പിക്കുന്നു

ഉള്ളടക്കം

വെളിച്ചത്തിന്റെ തമ്പുരാൻ ടെസ്ല: ബയോഗ്രഫി ഓഫ് നിക്കോള ടെസ്ല

സജീവ് കോയിക്കൽ

ആമുഖം

മനുഷ്യരാശിക്ക് ഉതകുന്ന നിരവധി മഹത്തായ കണ്ടെത്തലുകൾ നടത്തിയ നിക്കോള ടെസ്ല എന്ന മഹാനായ അത്ഭുത മനുഷ്യനെ കുറിച്ചുള്ള ചില അറിവുകളാണ് ഈ പുസ്തകത്തിൽ ഉൾപ്പെടുത്തിയിട്ടുള്ളത്. ഒരുപക്ഷേ നമ്മളിൽ പലർക്കും അറിയില്ല ടെസ്ലയെ കുറിച്ച്. അദ്ദേഹം ആരാണെന്ന്, അദ്ദേഹത്തിന്റെ കണ്ടെത്തലുകൾ എന്തൊക്കെയാണെന്ന്. അതറിയുമ്പോൾ നമ്മൾ അറിഞ്ഞു വയ്ച്ചത് പലതും തെറ്റാണെന്ന് നമുക്ക് ബോധ്യമാകും. വിചിത്രങ്ങളായ ശീലങ്ങളുള്ള ഒരു കാലത്ത് ഏറ്റവും ധനികനായിരുന്ന അതിലുപരി ഒരു വലിയ മനുഷ്യ സ്നേഹികൂടിയായ നിക്കോള ടെസ്ലയെ കുറിച്ചുള്ള ഈ പുതസ്തകത്തിന്റെ രചയിതാവ് എഴുത്തുകാരനായ സജീവ് കോയിക്കൽ ആണ്. എല്ലാ ആസ്വാദകർക്കും ഒത്തിരി സ്നേഹത്തോടെ ഈ പുസ്തകം സമർപ്പിക്കുന്നു.

കടപ്പാട്

ജീവിതയാത്രയിൽ പ്പം നിന്ന മാതാപിതാക്കൾക്ക് ഒരായിരം നന്ദി

1

1856 ജൂലൈ പത്ത്. അതിശക്തമായ കാറ്റും മിന്നലുമുള്ള ഒരു രാത്രി. ക്രൊയേഷ്യയിലെ ഒരു ആശുപത്രിയിൽ ഒരു ആൺകുട്ടി ജനിച്ചു. അമ്മയുടെ സഹായത്തിന് അവിടെ ഉണ്ടായിരുന്ന സ്ത്രീ പറഞ്ഞത് ഇതൊരു അന്ധകാരം നിറഞ്ഞ കുട്ടി ആയിരിക്കും എന്നാണ്. പക്ഷെ ആ കുട്ടിയുടെ അമ്മ പറഞ്ഞു ഇവൻ പ്രകാശം നിറഞ്ഞ ഒരു കുട്ടിയായിരിക്കും എന്ന്. അത് സത്യമായിരുന്നു, പിന്നീട് ഈ ലോകത്തിന് മുഴുവൻ വെളിച്ചം സമ്മാനിച്ച ആ കുട്ടിയാണ് നിക്കോള ടെസ്ല.

ലോകം കണ്ടതിൽ വയ്ച്ച് ഏറ്റവും വലിയ ബുദ്ധിശാലി ആരാണെന്നു ചോദിച്ചാൽ നമ്മുടെയെല്ലാം മനസ്സിൽ ആദ്യം ഓടിയെത്തുന്ന പേര് ആൽബർട്ട് ഐൻസ്റ്റീൻ എന്നാകും. എന്നാൽ ലോകത്തിലെ ഏറ്റവും ബുദ്ധിമാനായ ശാസ്ത്രജ്ഞൻ താങ്കളല്ലേ എന്ന് ഐൻസ്റ്റീനോട് ഒരിക്കൽ ഒരാൾ ചോദിക്കുകയുണ്ടായി. അന്ന് അദ്ദേഹം അതിനു മറുപടി നൽകിയത് നിക്കോള ടെസ്ല ജീവിച്ചിരിക്കുമ്പോൾ എനിക്ക് എങ്ങനെ അത് പറയാൻ സാധിക്കും എന്നായിരുന്നു. അതൊരു വലിയ സത്യമാണ്. നമ്മൾ പഠിച്ച് വയ്ച്ചിരിക്കുന്ന പല കാര്യങ്ങളും തെറ്റാണ് എന്നോർമ്മപ്പെടുത്തുന്ന സത്യം.

ഇന്ന് വെളിച്ചമില്ലാത്ത ഒരു ദിവസത്തെ കുറിച്ച് നമുക്ക് ചിന്തിക്കാനാവില്ല. നമ്മളിന്നുപയോഗിക്കുന്ന എല്ലാ

സാങ്കേതിക വിദ്യകളുടെയും എൺപത് ശതമാനവും അദ്ദേഹത്തിന്റെ സംഭാവനയാണ്. നമ്മുടെ വീടുകളിലെ എസി കറണ്ട്, നമ്മളിന്ന് ഉപയോഗിക്കുന്ന റിമോർട്ട് കണ്ടാൾ, വയർലെസ്സ് കമ്മ്യൂണിക്കേഷൻ, ഒരുകാലത്തുപയോഗിച്ചിരുന്ന റേഡിയോ തുടങ്ങി ഒട്ടനവധി കണ്ടുപിടുത്തങ്ങൾക്ക് പിന്നിൽ ആ ബുദ്ധിശാലിയായ മനുഷ്യനാണ്, നിക്കോള ടെസ്ല. അദ്ദേഹം വെറുമൊരു മനുഷ്യനല്ല വൈദ്യുതിയുടെ തമ്പുരാനാണ്.

സെർബിയൻ വംശജനായ ടെസ്ലയുടെ പിതാവ് ഒരു ഓർത്തഡോക്സ് പുരോഹിതനായിരുന്നു. വിദ്യാഭ്യാസം ഇല്ലായിരുന്നെങ്കിലും ടെസ്കയുടെ മാതാവ് അതീവ ബുദ്ധിമതിയായിരുന്നു. ഒരിക്കൽ കേട്ട കാര്യം അവർ ജീവിതത്തിൽ ഒരിക്കലും മറക്കില്ലായിരുന്നു. ലോകത്തിലുള്ള എല്ലാ വസ്തുതകളും എക്കാലത്തേക്കുമായി മനസ്സിൽ സൂക്ഷിച്ചു വയ്ക്കാൻ കഴിയുമെന്ന് അവർ മകനെ പറഞ്ഞു പഠിപ്പിച്ചു.

കുട്ടിക്കാലത്ത് ടെസ്മക്ക് ഒരു കറുത്ത പൂച്ച ഉണ്ടായിരുന്നു. മച്ചേക് എന്നായിരുന്നു ടെസ്ല ആ പൂച്ചയെ വിളിച്ചിരുന്നത്. പൂച്ച എപ്പോളും ടെസ്തയുടെ പിന്നാലെ തന്നെയുണ്ടാകും, ഒരു ദിവസം ടെസ്ല പൂച്ചയുടെ പുറകിൽ കൈകൊണ്ട് അടിച്ചപ്പോൾ അത്ഭുതം പോലെ ഒരു സ്പാർക്കിങ് കണ്ടു. ആ സമയത്ത് ആകാശത്ത് മിന്നൽ ഉണ്ടായി. സ്പാർക്ക് ഷൂട്ടിംഗിന് സമാനമാണെന്ന് ടെസ്ലയുടെ പിതാവ് അവനോടു പറഞ്ഞു. പുച്ചയുടെ പിറകിലടിച്ചപ്പോൾ ഉണ്ടായ വെളിച്ചം പോലെ, അപ്പോൾ പ്രകൃതി ഒരു ഭീമാകാരമായ പൂച്ചയാണോ? അങ്ങനെയാണെങ്കിൽ, ആരാണ് അതിന്റെ പുറകിൽ അടിക്കുന്നത്? ടെസ്ല സ്വയം ചോദിച്ചു. ആ ചോദ്യം പിന്നീട് അദ്ദേഹത്തിന്റെ ജീവിതം തന്നെ മാറ്റിമറിച്ചു.

ജീവിതത്തിൽ അന്നോളം കണ്ടിട്ടില്ലാത്ത പ്രകാശങ്ങൾ അദ്ദേഹം കാണാൻ തുടങ്ങി. ഊണിലും ഉറക്കത്തിലും കണ്ണടച്ചാലും തുറന്നാലുമെല്ലാം പലവർണ്ണങ്ങളിലുള്ള കാഴ്ച്ചകൾ മാത്രം, അവ പലപല രൂപങ്ങളായി മാറിമറിഞ്ഞു പൊയ്ക്കൊണ്ടിരിക്കുന്നു. യാഥാർത്ഥ്യവും സ്വപ്നവും തിരിച്ചറിയാൻ പറ്റാത്ത ഒരവസ്ഥ. പക്ഷെ ഒടുവിൽ അദ്ദേഹം മനസ്സിലാക്കി ഈ പ്രകാശങ്ങൾ അദ്ദേഹത്തിന് നേരായ വഴി കാണിച്ച് കൊടുക്കാൻ വേണ്ടിയുള്ളതാണെന്ന് ഒപ്പം ഭൂമിക്ക് തന്നെ വലിയ മാറ്റങ്ങൾ ഉണ്ടാക്കാൻ സാധിക്കുന്നതാണെന്ന്.

ആ പ്രകാശം ഒരത്ഭുതം പോലെയാണ് ടെസ്ലയുടെ ജീവിതത്തിൽ പ്രവർത്തിച്ചത്. പിന്നീടൊരിക്കലും അദ്ദേഹത്തിന് തന്റെ കണക്കുകൂട്ടലുകൾക്കൊന്നും തന്നെ ഒരു പേനയുടെ ആവശ്യം വേണ്ടി വന്നില്ല എന്നതാണ് സത്യം. ലോകത്തെ അമ്പരപ്പിച്ച അദ്ദേഹത്തിന്റെ ഓരോ കണ്ടുപിടുത്തങ്ങളും പിറവിയെടുത്തത് അദ്ദേഹത്തിന്റെ മനസ്സിലാണ്. മോട്ടറും ജനറേറ്ററുമെല്ലാം അദ്ദേഹം രൂപപ്പെടുത്തിയത് തന്റെ മനസ്സിലാണ്. പിന്നീടതിനെ മെഷീൻ ആക്കി മാറ്റുകയായിരുന്നു. തന്റെ കണ്ടുപിടുത്തങ്ങൾ ജനങ്ങൾക്ക് മനസ്സിലാക്കിക്കൊടുക്കാൻ വേണ്ടി മാത്രം അദ്ദേഹം പേപ്പറിൽ പകർത്തി.

വളരെയധികം നിഗൂഢത നിറഞ്ഞ പരീക്ഷണങ്ങൾ ടെസ്ല നടത്തിയുണ്ട്. എന്നാൽ അദ്ദേഹം തന്നെയായിരുന്നു ഏറ്റവും വലിയ നിഗൂഢത എന്ന് പറയാതെ വയ്യ. കാരണം അദ്ദേഹത്തിന്റെ ശീലങ്ങളൊക്കെയും വിചിത്രങ്ങളായിരുന്നു. 369 എന്ന നമ്പറിന് അദ്ദേഹം ജീവിതത്തിൽ ഏറെ പ്രാധാന്യം നൽകിയിരുന്നു. തുടർച്ചയായി മൂന്നു വട്ടം അദ്ദേഹം കൈ കഴുകുമായിരുന്നു. മൂന്നു കൊണ്ട് ഹരിക്കാൻ പറ്റുന്ന

നമ്പറുകളുള്ള ഹോട്ടൽ മുറികളിൽ മാത്രമേ അദ്ദേഹം താമസിച്ചിരുന്നുള്ളൂ. തന്റെ പുതിയ കണക്കുകൂട്ടലുകളെല്ലാം ശരിയാണോ എന്ന് നോക്കിയിരുന്നത് മൂന്നു കൊണ്ട് ഹരിച്ചിട്ടായിരുന്നു. ഒരു കെട്ടിടത്തിൽ പ്രവേശിക്കുന്നതിനു മുൻപ് അദ്ദേഹം മൂന്നു തവണ ആവർത്തിച്ച് അതിനുചുറ്റും നടക്കാറുണ്ടായിരുന്നു.

ടെസ്ലയ്ക്ക് മുത്തുകൾ തീരെ ഇഷ്ടമായിരുന്നില്ല. അവ ധരിക്കുന്ന സ്ത്രീകളോട് സംസാരിക്കാൻ പോലും അദ്ദേഹം കൂട്ടാക്കിയിരുന്നില്ല. ഇത്തരം വിചിത്രങ്ങളായ ശീലങ്ങൾ വച്ചുപുലർത്തിയിരുന്നത് കൊണ്ട് തന്നെ ടെസ്ല ഒരു കടുത്ത അന്ധവിശ്വാസിയാണെന്നാണ് ആളുകൾ പറഞ്ഞിരുന്നത്. പക്ഷേ അദ്ദേഹത്തിന്റെ ശീലങ്ങൾക്ക് പിന്നിൽ അന്ധവിശ്വാസമായിരുന്നില്ല ശാസ്ത്രമായിരുന്നു. തന്റെ കണ്ടുപിടുത്തങ്ങൾക്ക് ദാമ്പത്യം ഒരു തടസ്സമാകും എന്നറിയാമായിരുന്ന ടെസ്ല ഒരു ബ്രഹ്മചാരിയായി തുടർന്നു.

കുട്ടിക്കാലത്ത് ടെസ്മക്ക് മാരകമായ കോളറ രോഗം പിടിപെട്ടപ്പോൾ അദ്ദേഹം ജീവിതത്തിലേയ്ക്ക് പിന്നെയൊരിക്കലും തിരിച്ച് വരില്ല എന്നാണ് മാതാപിതാക്കൾ കരുതിയത്. അദ്ദേഹത്തിന്റെ പിതാവ് യേശുക്രിസ്തുവിനോട് മുട്ടുകുത്തി പ്രാർത്ഥിച്ചു എൻറെ മകനെ എനിക്ക് തിരികെ നൽകുകയാണെങ്കിൽ അവനെ ഞാനൊരു വൈദികനാക്കാം എന്ന്. എന്നാൽ ആ പ്രാർത്ഥന കേട്ട ടെസ്ല പിതാവിനോട് പറഞ്ഞു.

"എനിക്കൊരു എൻജിനീയർ ആയാൽ മതി, ഞാൻ ജീവിതത്തിലേയ്ക്ക് തിരിച്ച് വരുമെന്ന് എനിക്ക് നൂറ് ശതമാനം ഉറപ്പാണ്. എനിക്ക് മനുഷ്യൻ ജീവിതം കൂടുതൽ സുഖകരമാക്കാൻ സാധിക്കുന്ന ഒരു നല്ല എൻജിനീയർ ആയാൽ മതി".

മകന്റെ ആഗ്രഹത്തിന് മുന്നിൽ കീഴടങ്ങേണ്ടി വന്ന പിതാവ് തന്റെ ആരാധനാമൂർത്തിയോട് മാപ്പ് പറഞ്ഞു. " എന്നോട് ക്ഷമിക്കണം അവൻ എൻജിനീയർ ആകട്ടെ", ആ പ്രാർത്ഥന ഫലം കണ്ടു. ടെസ്ലയുടെ അസുഖം മാറി. അവൻ പഠിച്ച് മിടുക്കനായി, പാരീസ് യൂണിവേഴ്സിറ്റിയിൽ നിന്നും അദ്ദേഹം എഞ്ചിനീയറിങ് ബിരുദം നേടി എലെക്ട്രിക്കൽ എഞ്ചിനീയർ ആയി. അങ്ങനെയിരിക്കുമ്പോഴാണ് തോമസ് ആൽവാ എഡിസൺ ഡയറക്ട് കറണ്ട് കണ്ടു പിടിച്ചത്. ആധുനികശാസ്ത്രത്തിന് ലഭിച്ച ഏറ്റവും വലിയ സംഭാവനകളിൽ ഒന്നുതന്നെയായിരുന്നു ആ കണ്ടു പിടുത്തം, പക്ഷെ എഡിസന്റെ ഡയറക്ട് കറണ്ടിന് ധാരാളം പരിമിതികളുണ്ടായിരുന്നു. അതിന്റെ പ്രധാന പ്രശ്നം അത് ഉൽപാദിപ്പിക്കുന്ന സ്റ്റേഷനിൽ നിന്നും ഒരു കിലോമീറ്റർ മാത്രമേ അതിനെ കൃത്യമായി ട്രാൻസ്മിറ്റ് ചെയ്യാൻ സാധിക്കുകയുള്ളൂ എന്നതായിരുന്നു. ന്യൂയോർക്ക് പോലെയുള്ള ഒരു വലിയ നഗരത്തിൽ മുഴുവനും വെളിച്ചമെത്തിക്കാൻ പതിനായിരക്കണക്കിന് പ്രവർ സ്റ്റേഷനുകൾ വേണ്ടിവരും. ഇതിനൊരു ബദൽ സംവിധാനം കണ്ടെത്തണമെന്ന ഒരു വെളിപാട് ടെസ്ലയ്ക്കുണ്ടായി.

എഡിസന്റെ കമ്പനിയായ കോണ്ടിനെന്റൽ കമ്പനി ഒരു പവർ സ്റ്റേഷൻ നിർമ്മാണത്തിലേർപ്പെട്ടിരിക്കുമ്പോൾ കമ്പനിയിലെ എല്ലാ ശാസ്ത്രജ്ഞന്മാരും എൻജിനീയർമാരും കഴിവിന്റെ പരമാവധി ശ്രമിച്ചിട്ടും അതിന് കൃത്യമായ ഒരു ഡിസൈൻ രൂപകൽപ്പന ചെയ്യാൻ അവർക്ക് സാധിച്ചില്ല. നിലവിലുള്ള ഡിസൈനിലെ പ്രശ്നം കണ്ടുപിടിക്കുന്ന് വ്യക്തിക്ക് 25000 യുഎസ് ഡോളർ നൽകാമെന്ന് കമ്പനി വാഗ്ദാനം ചെയ്തു. ഈ അവസരത്തിൽ കമ്പനിയിലെത്തിയ ടെസ്ല നിസ്സാരമായി പ്രശ്നം കണ്ടെത്തുകയും അത്

പരിഹരിക്കുകയും ചെയ്തു. എന്നാൽ കമ്പനി വാഗ്ദാനം ചെയ്ത പണം അവർ ടെസ്ലയ്ക്ക് നൽകിയില്ല. 25000 യുഎസ് ഡോളർ വെറുമൊരു എൻജിനീയർക്ക് നല്കാൻ അവർ മണ്ടന്മാരല്ല. എന്നായിരുന്നു കമ്പനിയുടെ വാദം.

സെർബിയക്കാരനായ ടെസ്മക്ക് സോവിയറ്റ് യൂണിയനിൽ ചേർന്ന് പ്രവർത്തിക്കാനായിരുന്നു ആഗ്രഹം. എന്നാൽ ആ ആഗ്രഹത്തിൽ നിന്നും കോണ്ടിനെന്റൽ കമ്പനിയിലെ എഡിസന്റെ സുഹൃത്തും വലംകൈയുമായ ചാൾസ് ബാറ്റല്ർ എന്ന വ്യക്തി ടെസ്ലയെ പിന്തിരിപ്പിക്കുകയായിരുന്നു. കമ്പനിയുടെ ഭാഗമാവുകയാണെങ്കിൽ ടെസ്ലയെ ചീഫ് എഞ്ചിനീയർ ആക്കാമെന്നു ചാൾസ് വാക്ക് കൊടുത്തു. 28 വയസ്സ് മാത്രം പ്രായമുണ്ടായിരുന്ന ടെസ്ലയ്ക്ക് എഡിസന്റെ കമ്പനിയിൽ ചീഫ് എഞ്ചിനീയർ ആവുക എന്നത് ഒരു ചെറിയ കാര്യമായിരുന്നില്ല. ആ സ്വപ്നവും മനസ്സിലിട്ട് ഉള്ളതെല്ലാം വിറ്റുപെറുക്കി ടെസ്ല അമേരിക്കയിലെത്തി. എഡിസന്റെ സ്ഥാപനത്തിലെത്തിയപ്പോഴാണ് ചീഫ് എഞ്ചിനീയർ ആക്കാമെന്ന വാഗ്ദാനം ഒരു ചതിയായിരുന്നു എന്ന് അദ്ദേഹം മനസ്സിലാക്കിയത്. വെറുമൊരു ടെക്നീഷ്യൻ ആയിട്ടായിരുന്നു അദ്ദേഹത്തെ അവിടെ നിയമിക്കുന്നതെന്ന് എഡിസൺ പറഞ്ഞപ്പോളാണ് ടെസ്ല അറിയുന്നത്.

കഴിവുള്ള ഒരു എഞ്ചിനീയർ ആണെന്ന് തെളിയിച്ചാൽ മാത്രമേ ചീഫ് എഞ്ചിനീയർ ആയിട്ട് നിയമിക്കുകയുള്ളു എന്നും ടെക്നിഷ്യൻ ആയിട്ട് ജോലി ചെയ്യാൻ ബുദ്ധിമുട്ടാണെങ്കിൽ തിരികെ നാട്ടിലേയ്ക്ക് പൊയ്ക്കൊള്ളാനും എഡിസൺ പറഞ്ഞു. ടെക്നിഷ്യൻ ആയി തന്നെ ജോലി ചെയ്യാൻ ടെസ്ല തീരുമാനിച്ചു. ചീഫ് എഞ്ചിനീയർ ആകാനുള്ള കഴിവുണ്ടെന്ന് തെളിയിക്കണമെന്നത് ഒരു വാശിയായിരുന്നു. കമ്പനിയിൽ

ജോലി ചെയ്യുമ്പോഴെല്ലാം ടെസ്ലയുടെ മനസ്സിൽ എഡിസന്റെ ഡിസി കറണ്ടിന്റെ പരിമിതികൾക്ക് ബദൽ സംവിധാനം കണ്ടെത്തുക എന്ന ചിന്തയായിരുന്നു. അങ്ങനെയിരിക്കെയാണ് അദ്ദേഹത്തിന്റെ മനസ്സിൽ എസി കറണ്ട് എന്ന ആശയം ഉണ്ടായത്. ന്യൂയോർക്കിൽ ഒരൊറ്റ സ്റ്റേഷൻ മാത്രം മതിയാകും, അവിടെ ഉൽപ്പാദിപ്പിക്കുന്ന മുഴുവൻ കറണ്ടും ആ സ്റ്റേറ്റ് മുഴുവനും എത്തിക്കാൻ സാധിക്കും. അന്നോളം ലോകത്തുണ്ടായ കണ്ടെത്തലുകളിൽ വയ്ച്ച് ഏറ്റവും ശക്തമായ കണ്ടെത്തലുകളിൽ ഒന്ന് തന്നെയായിരുന്നു എസി കറണ്ടിന്റെ കണ്ടുപിടുത്തം. ഈ കണ്ടുപിടുത്തം ഇല്ലായിരുന്നെങ്കിൽ നമ്മുടെ ജീവിതം ഇന്നുള്ളത് പോലെ അത്ര സുഗമമാകുമായിരുന്നില്ല.

തന്റെ മനസ്സിലെ ആശയത്തെ കുറിച്ച് ഒരവസരത്തിൽ ടെസ്ല എഡിസനോട് പറഞ്ഞു. പക്ഷെ എഡിസൺ അദ്ദേഹത്തെ പരിഹസിക്കുകയാണുണ്ടായത്. ഡിസി കറണ്ടിന്റെ പോരായ്മകളെ കുറിച്ച് ടെസ്ല എഡിസനോട് പറഞ്ഞപ്പോൾ ഡിസി കറണ്ടിന് ഒരു പ്രശ്നവുമില്ലെന്നും അഥവാ ഉണ്ടെങ്കിൽ ആ പ്രശ്നങ്ങൾ പരിഹരിക്കുന്ന ഒരു ഡിസൈൻ നിർമ്മിച്ച് നൽകാൻ എഡിസൺ ആവശ്യപ്പെട്ടു, അതിനു 50000 യുഎസ് ഡോളർ പാരിതോഷികം നൽകാമെന്നും വാക്ക് പറഞ്ഞു. എഡിസനെ അത്ഭുതപ്പെടുത്തിക്കൊണ്ട് ഒന്നിന് പകരം വ്യത്യസ്ത മോഡലുകളിലുള്ള 24 ഡിസൈനുകൾ ടെസ്ല നിർമ്മിച്ചു.

എഡിസൺ അന്നോളം നിർമ്മിച്ച ഡിസൈനുകളിൽ വയ്ച്ച് ഏറ്റവും മികച്ചതായിരുന്നു ആ 24 ഡിസൈനുകളും. പക്ഷെ എഡിസനെന്ന തന്ത്രശാലിയായ കുറുക്കൻ ടെസ്ലയെ പ്രശംസിച്ചില്ല എന്ന് മാത്രമല്ല വാഗ്ദാനം ചെയ്തിരുന്ന തുക നൽകിയതുമില്ല. അതൊരു അമേരിക്കൻ തമാശയാണെന്നും

അത് മനസ്സിലാക്കാനുള്ള ബുദ്ധിപോലും ഇല്ലല്ലോ എന്നും പറഞ്ഞു കൊണ്ട് ടെസ്ലയെ പരിഹസിക്കുകയാണ് ചെയ്തത്.

രണ്ടാമത്തെ വട്ടവും ചതിക്കപ്പെട്ട ടെസ്ല പിന്നെ ഒരു നിമിഷം അവിടെ നിന്നില്ല. ആ ഓഫീസ് വിട്ട് പുറത്തേക്ക് പോയി. പക്ഷേ ആ വലിയ നഗരത്തിൽ ജീവിക്കണമെങ്കിൽ കയ്യിൽ പണം കൂടിയേ തീരൂ. രണ്ടു നേരത്തെ ആഹാരം കഴിക്കാനുള്ള പണത്തിനുവേണ്ടി ടെസ്ക് ചെയ്യാത്ത ജോലികളില്ല. അങ്ങനെയിരിക്കുമ്പോൾ അദ്ദേഹത്തിന്റെ സുഹൃത്ത് ടെസ്മക്ക് അമേരിക്കയിലെ വലിയ വ്യവസായികളെ പരിചയപ്പെടുത്തിക്കൊടുത്തു. അവരുടെ മുന്നിൽ ടെസ്ല തന്റെ ആശയങ്ങൾ ഓരോന്നായി പറഞ്ഞു. അവയെല്ലാം അവർക്ക് ഇഷ്ടപ്പെടുകയും ചെയ്തു. ടെസ്ലയുടെ ആശയങ്ങൾക്ക് അവർ പണം നൽകി. ആ പണം ഉപയോഗിച്ച് ടെസ്ല ഒരു ഓഫീസ് വാടകയ്ക്കെടുത്തു. എഡിസന്റെ സ്ഥാപനത്തിന് സമീപം ആയിരുന്നു ടെസ്ല വാടകയ്ക്കെടുത്ത സ്ഥാപനവും. തെരുവുകളിൽ തെരുവുവിളക്ക് സ്ഥാപിക്കുക എന്ന ലക്ഷ്യത്തോടെയാണ് ആ കമ്പനി പ്രവർത്തിച്ചത്. ആ കമ്പനി വളരെ പെട്ടെന്ന് ഉയർച്ചയിലേക്ക് കുതിച്ചു. 1888 മെയ് 1 ന് ടെസ്ലയുടെ കഷ്ടപ്പാടിന് ഫലമുണ്ടായി. അദ്ദേഹത്തിന്റെ എസി കറണ്ടിന് പേറ്റന്റ് ലഭിച്ചു. എസി കറണ്ട് വൻതോതിൽ ഇനി ഉപയോഗിക്കാൻ സാധിക്കും.

തുടർന്ന് പ്രശസ്തനായ ഒരു വ്യവസായിയായ വെസ്റ്റിംഗ് ഹൗസ് ടെസ്ലയെ പരിചയപ്പെട്ടു. അദ്ദേഹത്തിന്റെ കമ്പനിയിൽ എഡിസന്റെ ഡിസി കറണ്ടാണ് ഉപയോഗിച്ചിരുന്നത്. പക്ഷേ അതു പോര എന്നും കൂടുതൽ ദൂരത്തേക്ക് കറണ്ട് എത്തിക്കാൻ സാധിക്കണമെന്നും അദ്ദേഹം തീരുമാനിച്ചു.

ആ തീരുമാനമാണ് അദ്ദേഹത്തെ ടെസ്ലയുടെ മുന്നിൽ കൊണ്ടെത്തിച്ചത്. കുറഞ്ഞ ചിലവിൽ കൂടുതൽ ദൂരത്തേക്ക് വൈദ്യുതിയെ ട്രാൻസ്മിറ്റ് ചെയ്യാൻ സാധിക്കുന്ന എസി കറണ്ടിനെ കുറച്ച് ടെസ്ല അദ്ദേഹത്തോട് വിവരിച്ചു. എസി കറണ്ട് വെസ്റ്റിംഗ് ഹൗസിന് ഇഷ്ടപ്പെട്ടു. അതിന്റെ പേറ്റന്റ് തനിക്ക് വേണം എന്ന് അദ്ദേഹം ടെസ്ലയോട് അപേക്ഷിച്ചു. അതിന് പത്തുലക്ഷം ഡോളർ നൽകാമെന്ന് വാഗ്ദാനം ചെയ്യുകയും ചെയ്തു. ടെസ്ല ആ ഓഫർ സ്വീകരിച്ചു. പിന്നീട് അദ്ദേഹത്തിന്റെ ജീവിതത്തിൽ വളർച്ചയുടെ ഘട്ടമായിരുന്നു. വളരെ പെട്ടെന്ന് ലോകത്തിലെ തന്നെ ഏറ്റവും ധനികനായ വ്യക്തികളിൽ ഒരാളായി അദ്ദേഹം മാറി, വ്യവസായികളെ പരിചയപ്പെടാൻ തന്നെ സഹായിച്ച സുഹൃത്തിന് ടെസ്ല തനിക്ക് കിട്ടിയ പത്തുലക്ഷം യുസ് ഡോളറിൽ നിന്നും അഞ്ച് ലക്ഷം യുസ് ഡോളർ സമ്മാനമായി നൽകി.

വെസ്റ്റിംഗ് ഹൗസിൽ നിന്നും കൂടുതൽ ഇൻവെസ്റ്റ്മെന്റ് ലഭിച്ചതോടെ ടെസ്മക്ക് എഡിസണെ പോലും ഞെട്ടിച്ച് കൊണ്ട് കൂടുതൽ വലിപ്പമുള്ള ഒരു എസി ജനറേറ്റർ നിർമ്മിക്കാൻ സാധിച്ചു. എഡിസന്റെ നൂറുകണക്കിന് മെഷീനുകൾക്ക് പകരമായി ഒരൊറ്റ എസി ജനറേറ്റർ. പക്ഷേ അവിടെയും തന്ത്രശാലിയായ എഡിസൺ തന്റെ അടുത്ത ചതിക്കുള്ള പദ്ധതി തയ്യാറാക്കുകയായിരുന്നു. എഡിസണ് അറിയാമായിരുന്നു തന്റെ പേരിൽ ചാർത്തപ്പെട്ട് വൈദ്യുതി രാജാവ് എന്ന പട്ടം എന്നേക്കുമായി തനിക്ക് നഷ്ടപ്പെടുമെന്ന്. അത് കൊണ്ട് തന്നെ എസി കറണ്ട് നിർമ്മിക്കുന്ന ആ ജനറേറ്റർ തന്റെ പേരിലാക്കാൻ എഡിസൺ തീരുമാനിച്ചു. തന്റെ സൃഷ്ടിയാണ് അതെന്ന് ഈ ലോകം മുഴുവൻ വിശ്വസിക്കണം, അങ്ങനെ വിശ്വസിപ്പിക്കണം എന്ന് എഡിസൺ തീരുമാനിച്ചു.

തന്റെ ജീവനക്കാരനായി പ്രവർത്തിച്ച ടെസ്ല എസി കറണ്ടിന്റെ ഡിസൈൻ മോഷ്ടിക്കുകയും അതുപയോഗിച്ച് നിർമിച്ചതാണ് ഈ എസി ജനറേറ്റർ എന്നും എഡിസൺ കോടതിയിൽ കേസ് ഫയൽ ചെയ്തു.

പക്ഷേ ആ ഡിസൈൻ തന്റേതാണ് എന്ന് തെളിയിക്കാനുള്ള ഒരു തെളിവും എഡിസന്റെ പക്കൽ ഇല്ലാത്തതിനാൽ ആ ശ്രമം പരാജയപ്പെട്ടു. എസി ജനറേറ്ററിന്റെ പൂർണ്ണ അവകാശം വെസ്റ്റിംഗ് ഹൗസിന് നൽകിക്കൊണ്ട് കോടതി വിധിച്ചു.

ടെസ്ലയെയും വെസ്റ്റിംഗ് ഹൗസിനെയും തകർക്കാൻ എഡിസൺ പദ്ധതികളിട്ടുകൊണ്ടേയിരുന്നു. പ്രതികളെ വധശിക്ഷക്ക് വിധിക്കാൻ എസി കറണ്ട് കൊണ്ട് പ്രവർത്തിപ്പിക്കുന്ന ഒരു ഇലക്ട്രിക് ചെയർ നിർമ്മിക്കുന്നതിന് തന്റെ മുഴുവൻ സ്വാധീനമുപയോഗിച്ച് എഡിസൺ കോടതിയിൽ നിന്നും അനുമതി വാങ്ങി. അതൊരു തന്ത്രമായിരുന്നു. അതിദാരുണമായ മരണമാണ് ആ ഇലക്ട്രിക് ചെയർ സമ്മാനിക്കുക. അതു കണ്ടാൽ എല്ലാവരും എസി കറണ്ടിനെ ഭയക്കും. വീടുകളിൽ എസി കറണ്ടിന്റെ കണക്ഷൻ എടുക്കാൻ അവർ മടിക്കും. തന്റെ ഡിസി കറണ്ടിലേയ്ക്ക് തന്നെ എല്ലാവരും മടങ്ങി വരും. എഡിസന്റെ ഈ തന്ത്രത്തിനെതിരെ വെസ്റ്റിംഗ് ഹൗസ് കോടതിയെ സമീപിച്ചെങ്കിലും ഫലമുണ്ടായില്ല. പക്ഷേ എഡിസന്റെ തന്ത്രം അവിടെ വിജയിച്ചില്ല. എഡിസന്റെ ഡിസി കറണ്ടിനെ നിലംപരിശാക്കിക്കൊണ്ട് എസി കറണ്ട് അതിശക്തമായി വിജയം കൈവരിച്ചു. ഏറ്റവും ചിലവ് കുറച്ച് സാധാരണക്കാർക്ക് വാങ്ങാൻ കഴിയുന്ന എസി കറണ്ടിലേക്ക് തന്നെ എല്ലാവരും എത്തിച്ചേർന്നു. അവർ അത് വാങ്ങി. അങ്ങനെ ഒരു ഒരു തുള്ളി രക്തം പോലും ചീന്താത്ത ദ വാർ ഓഫ് കറണ്ട് എന്ന പ്രശസ്തമായ യുദ്ധം അവിടെ

അവസാനിച്ചു. എഡിസനുമായുള്ള പോരാട്ടത്തിൽ ടെസ്ലയും വെസ്റ്റിംഗ് ഹൗസും വിജയിച്ചു. ഒപ്പം അവർ നിർമ്മിച്ച എസി കറണ്ടും.

പക്ഷേ എഡിസന്റെ ഉള്ളിലെ പകയും വിദ്വേഷവും പതിന്മടങ്ങു വളർന്നു കൊണ്ടിരുന്നു. എസി കറണ്ടിനെ തകർക്കാൻ ക്രൂരതകൾ നിറഞ്ഞ പല അഭ്യാസങ്ങളും അദ്ദേഹം ചെയ്തു. പക്ഷേ ഒന്നും ഫലവത്തായില്ല. ഒടുവിൽ എഡിസണും ഒരു എസി പവർ സ്റ്റേഷൻ സ്ഥാപിക്കേണ്ടി വന്നു. അതായിരുന്നു ടെസ്ലയുടെ ഏറ്റവും വലിയ വിജയം.

അന്നോളം എഡിസൺ എന്ന പേര് ഉച്ചരിച്ചിരുന്ന ആളുകൾ പിന്നെ അങ്ങോട്ട് ടെസ്ലയെ കുറിച്ച് സംസാരിക്കാൻ തുടങ്ങി. ലോകത്തെ ഏറ്റവും ബുദ്ധിമാനായ വ്യക്തി ടെസ്ലയാണെന്ന് അവർ മനസ്സിലാക്കി. തന്റെ കമ്പനിയോടൊപ്പം നിന്ന് എഡിസൺ സ്വന്തമാക്കിയ അത്രത്തോളം തന്നെ പേറ്റന്റുകൾ ടെസ്ല എന്ന ഏക വ്യക്തി സ്വന്തമാക്കി. മറ്റാരുടേയും സഹായമില്ലാതെ, തന്റെ ബുദ്ധി ഉപയോഗിച്ച്, തന്റെ മാത്രം കഴിവുകൊണ്ട്.

അമേരിക്കൻ ഇൻസ്റ്റിറ്റ്യൂട്ട് ഓഫ് ഇലക്ട്രിക്കൽ എഞ്ചിനീയേർസ് ടെസ്ലയുടെ ഒരു പ്രഭാഷണ ക്ലാസ്സ് ആരംഭിച്ചു. ലോകത്തിൽ ഇന്നേവരെ ആരും കണ്ടിട്ടില്ലാത്ത അത്ഭുതങ്ങൾ ആ ക്ലാസ്സിൽ ടെസ്ല കാണിച്ചു. എല്ലാവരെയും ഞെട്ടിച്ചു കൊണ്ട് വയറുകളുടെ ഒന്നും സഹായമില്ലാതെ ബൾബുകൾ അദ്ദേഹം കത്തിച്ച് കാണിച്ചു. പത്തുലക്ഷം വോൾട്ടിൽ കൂടുതൽ വൈദ്യുതി അദ്ദേഹത്തിന്റെ ശരീരത്തിലൂടെ കടത്തി വിടുകയും ചെയ്തു. അവിടെയുണ്ടായിരുന്ന എൻജിനീയേഴ്സ് എല്ലാം ആ അത്ഭുത കാഴ്ച കണ്ട് അദ്ദേഹത്തെ പ്രശംസിച്ചു. അവിടെ

ഉണ്ടായിരുന്ന ശാസ്ത്രജ്ഞന്മാർ അദ്ദേഹത്ത അഭിമാനപൂർവം വിളിച്ചു "ഭാവിയുടെ മനുഷ്യൻ".

വൈദ്യുതിയുടെ പിതാവ് എന്ന് വിശേഷിപ്പിക്കുന്ന മൈക്കേൽ ഫാരഡെ ഉപയോഗിച്ചിരുന്ന കസേരയിൽ ഇരിക്കാൻ ഉള്ള അവസരവും ടെസ്മക്ക് അവർ നൽകി. ഫാരഡെക്ക് ശേഷം ആ കസേരയിൽ അന്നുവരെ മറ്റാരും ഇരുന്നിട്ടുണ്ടായിരുന്നില്ല, ഫാരഡെ അവസാന കാലത്ത് ഉപയോഗിച്ചിരുന്ന വിസ്കിയിൽ നിന്നും ഒരു ഗ്ലാസ് അവർ ടെസ്മക്ക് നൽകുകയും ചെയ്തു.

ടെസ്ലയുടെ ഈ വളർച്ചയിൽ അസൂയാലുവായ എഡിസൺ എങ്ങനെയും ടെസ്ലയെ തകർക്കണം എന്ന് ഉറപ്പിച്ചു. ടെസ്ലയെ തകർക്കാൻ എഡിസൺ തന്റെ കുബുദ്ധിയിൽ ഒരു തന്ത്രം കണ്ടെത്തി. അത് ടെസ്സയുടെ ജീവിതത്തിലെ വലിയ നഷ്ടങ്ങളിൽ ഒന്നായി മാറുകയും ചെയ്തു.

1895 മാർച്ച് 13 ന് ടെസ്ലയുടെ ലബോറട്ടറിക്ക് തീപിടിച്ചു എല്ലാം കത്തി നശിച്ചു. ആ നാശത്തിന് പിന്നിൽ എഡിസന്റെ കുബുദ്ധിയായിരുന്നു. അന്നോളം സമ്പാദിച്ചതെല്ലാം ആ ലബോറട്ടറിക്ക് വേണ്ടിയാണ് ടെസ്ല ചെലവാക്കിയത്. മനുഷ്യരാശിക്ക് പ്രയോജനപ്രദമാകേണ്ട നിരവധി കണ്ടുപിടുത്തങ്ങൾ പിറവി എടുക്കേണ്ടിയിരുന്നത് ആ കത്തിയെരിഞ്ഞ ലബോറട്ടറിയിൽ നിന്നുമായിരുന്നു. അദ്ദേഹത്തിന് അന്നുവരെ ലഭിച്ച എല്ലാ പേറ്റന്റുകളും എല്ലാ ഡിസൈനുകളും ആ തീവിഴുങ്ങി.

എഡിസൺ ഇല്ലാതാക്കിയത് ലബോറട്ടറി മാത്രമായിരുന്നു. അവിടെ നിർമ്മിച്ച എല്ലാ ഡിസൈനുകളും രൂപം കൊണ്ടത് ടെസ്ലയുടെ തലച്ചോറിലാണ്. അവയ്ക്ക് ഒരു ക്ഷതവുമേൽക്കാതെ അദ്ദേഹത്തിന്റെ മനസ്സിൽ തന്നെ

കിടപ്പുണ്ടായിരുന്നു. പക്ഷേ അവയ്ക്ക് ജീവൻ കൊടുക്കാനുള്ള പണം അദ്ദേഹത്തിന്റെ പക്കൽ ഉണ്ടായിരുന്നില്ല. അധികം വൈകാതെ തന്നെ നയാഗ്ര വെള്ളച്ചാട്ടത്തിൽ നിന്നും വൈദ്യുതി ഉത്പാദിപ്പിക്കുവാനുള്ള കരാർ അദ്ദേഹത്തിനു ലഭിച്ചു. ഒരു ലക്ഷം യുഎസ് ഡോളർ അദ്ദേഹത്തിന് പ്രതിഫലം ലഭിക്കുകയും ചെയ്തു. ആ പണം ഉപയോഗിച്ച് അദ്ദേഹം പുതിയ ഒരു ലബോറട്ടറി നിർമ്മിച്ചു.

വലിയൊരു സൗഹൃദ വലയം തന്നെ ടെസ്മക്ക് ഉണ്ടായിരുന്നു. അതിന് അദ്ദേഹത്തെ സഹായിച്ചത് അദ്ദേഹത്തിന്റെ ഉറ്റസുഹൃത്തായ റോബർട്ട് ജോൺസൺ ആണ്, ഒരിക്കൽ റോബർട്ട് ജോൺസൺ യാത്ര ചെയ്യാനിരുന്ന ട്രെയിൻ ഒരു അപകടത്തിൽ പെട്ടു. ആ ട്രെയിനിൽ അന്ന് യാത്ര ചെയ്യരുതെന്ന് ജോൺസനോട് ടെസ്ല പറഞ്ഞിരുന്നു. 1912 ൽ ടെസ്ലയുടെ ഉറ്റ സുഹൃത്ത് ജോൺ ജേക്കബ് ആസ്റ്ററിനോട് അദ്ദേഹം അന്ന് യാത്ര ചെയ്യാനിരുന്ന കപ്പലിൽ അന്ന് പോകരുത് എന്ന് ടെസ്ല പറഞ്ഞു. പക്ഷേ അത് വകവെക്കാതെ ആസ്റ്റർ ആ കപ്പലിൽ പോവുക തന്നെ ചെയ്തു. ആ കപ്പൽ ഒരു അപകടത്തിൽ പെട്ടു. ആ അപകടമാണ് ചരിത്രമായി മാറിയ ടൈറ്റാനിക് ദുരന്തം.

ഇത്തരത്തിൽ നിരവധി പ്രവചനങ്ങൾ ടെസ്ല നടത്തിയിരുന്നു. ഭാവിയിൽ നടക്കാൻ പോകുന്ന നിരവധി കണ്ടുപിടുത്തങ്ങളെ പറ്റി അദ്ദേഹം അന്നേ പ്രവചിച്ചിരുന്നു. ഒരു വ്യക്തിക്ക് അയാളുടെ ശബ്ദം എവിടെ വേണമെങ്കിലും അയക്കാൻ കഴിയുന്ന പേഴ്സണൽ റേഡിയോയെ പറ്റി ടെസ്ല പറഞ്ഞിരുന്നു. അതുതന്നെയാണ് ഇന്നു നമ്മൾ ഉപയോഗിക്കുന്ന മൊബൈൽ ഫോൺ, ഇലക്ട്രോണിക് കാൽക്കുലേഷൻസ് നടത്താൻ സാധിക്കുന്ന ഒരു പെട്ടിയെ പറ്റി അദ്ദേഹം പറഞ്ഞിരുന്നു. നമ്മൾ ഇന്ന് ഉപയോഗിക്കുന്ന

ലാപ്ടോപ്പ് അത് തന്നെയല്ലേ. ഇന്റർനെറ്റിനെ കുറിച്ചും വയർലെസ് ഇലക്ട്രിക്കൽ ട്രാൻസ്മിഷനെ കുറിച്ചും അദ്ദേഹം പ്രവചിച്ചിരുന്നു. ഇന്ന് ഇന്റർനെറ്റ് യുഗമാണ്. വയർലെസ് ഇലക്ട്രിക്കൽ ട്രാൻസ്മിഷന്റെ സാധ്യതകൾ ഇന്ന് കുറച്ചെങ്കിലും നമ്മൾ പ്രയോജനപ്പെടുത്തുന്നുണ്ട്. വയർലസ് മൊബൈൽ ചാർജിങ് അതിൽ ഒരു പ്രധാന പങ്ക് വഹിക്കുന്നു. മൈബൈൽ ജാമറുകളെ കുറിച്ചും സോളാർ പാനലുകളെ കുറിച്ചുമെല്ലാം ടെസ്ല അന്നേ പറഞ്ഞിട്ടുണ്ടായിരുന്നു. അദേഹത്തിന്റെ പ്രവചനങ്ങളിൽ പലതും ഇന്ന് വന്നു കഴിഞ്ഞു. പലരും ഇനി വരാനിരിക്കുന്നുമുണ്ട്.

ഇലക്ട്രിക് വാഹനങ്ങൾക്ക് ഇന്ന് പ്രചാരമേറിവരുന്നുണ്ട്. എന്നാൽ ഇന്നുള്ള ഇലക്ട്രിക് വാഹനങ്ങളേക്കാൾ ഏറ്റവും മികച്ച ഒരു ഇലക്ട്രിക് വാഹനം അക്കാലത്ത് അദ്ദേഹം നിർമ്മിച്ചിരുന്നു. ഗ്യാസോലിൻ എൻജിൻ എടുത്തുമാറ്റിയ ഒരു കാറിൽ 80 ഹോർസ് പവർ ഉള്ള ഒരു എസി മോട്ടോർ ഘടിപ്പിച്ചാണ് അദ്ദേഹം ഇലക്ട്രിക് കാർ ഉണ്ടാക്കിയത്. ഇന്ധനം ആവശ്യമില്ലാതെ ഓടുന്ന ആ വാഹനത്തെ അത്ഭുതത്തോടുകൂടി ആളുകൾ നോക്കിക്കണ്ടു. മണിക്കൂറിൽ 150 കിലോമീറ്റർ വരെ വേഗതയിൽ സഞ്ചരിക്കാൻ കഴിയുന്ന ആ വാഹനം ഒരാഴ്ചയോളം അദ്ദേഹം ഓടിക്കുകയും ചെയ്തു. പക്ഷേ പെട്രോളിയം കമ്പനികളുടെ ഇടപെടൽ കാരണം ഈ ഇലക്ട്രിക് വാഹനത്തിന്റെ നിർമ്മാണത്തിന് വേണ്ടി പണം മുടക്കാൻ കമ്പനികൾ ഒന്നും മുന്നോട്ടു വന്നില്ല. ഈ വാഹനത്തെ പറ്റി പല കിംവദന്തികളും പിന്നീട് ഉയർന്നുവന്നു. ഈ വാഹനത്തെ മുന്നോട്ടു നയിക്കുന്നത് ഒരു ദുരാത്മാവ് ആണെന്നും ടെസ്മക്ക് ചെകുത്താൻ സേവ ഉണ്ടെന്നുമൊക്കെ ആളുകൾ പറഞ്ഞു പരത്താൻ തുടങ്ങി. ഇതെല്ലാം കേട്ട് സഹികെട്ട ടെസ്ല ഒടുവിൽ ആ വാഹനം

നശിപ്പിച്ചു കളഞ്ഞു.

1915 ൽ ടെസ്ലയ്ക്ക് ഫിസിക്സിനുള്ള നോബൽ സമ്മാനം ലഭിച്ചു എങ്കിലും അദ്ദേഹം അത് നിരസിക്കുകയാണ് ഉണ്ടായത്. അതേ വർഷം തന്നെ എഡിസണും നോബൽ സമ്മാനത്തിന് അർഹനായിരുന്നു. പലവട്ടം തന്നെ ചതിച്ച എഡിസനോനോടൊപ്പം നിന്ന് അവാർഡ് വാങ്ങാൻ ടെസ്ലയ്ക്ക് താൽപര്യമില്ലായിരുന്നു. വിചിത്രമായ കാര്യം എഡിസന്റെ പേരിലുള്ള എഡിസൺ മെഡൽ വാങ്ങി ടെസ്ല അതിനെ കഷ്ണിച്ച് അദ്ദേഹത്തോടൊപ്പം പ്രവർത്തിക്കുന്ന സെക്രെട്ടറിമാർക്ക് പങ്കിട്ടു നൽകിക്കൊണ്ട് എഡിസനോടുള്ള തന്റെ പക തീർത്തു.

ടെസ്ലയുടെ കണ്ടുപിടുത്തങ്ങളിൽ വെച്ച് ശ്രേഷ്ഠമായ ഒന്നായിരുന്നു അന്തരീക്ഷത്തിന്റെ ഒരു പാളിയായ അയണോസ്സിയറിൽ നിന്നും വൈദ്യുതി ഉത്പാദിപ്പിച്ചത്. ആ പദ്ധതിയിലൂടെ അദ്ദേഹം ലക്ഷ്യമിട്ടത് ആകാശത്തിലൂടെ ഒരു വയറുകളുടെയും സഹായമില്ലാതെ വൈദ്യുതി എല്ലാവരിലേക്കും സൗജന്യമായി എത്തിക്കുക എന്നതായിരുന്നു. അമേരിക്കയിലെ കൊളറാഡോയിലുള്ള ഒറ്റപ്പെട്ട ഒരു സ്ഥലത്ത് ധാരാളമായി ഇടി മിന്നൽ ഉണ്ടാകാറുണ്ട്. ഇടിമിന്നലിൽ നിന്നും വൈദ്യുതി ഉണ്ടാക്കിയെടുക്കാൻ സാധിച്ചാൽ അത് വലിയൊരു നേട്ടം ആയിരിക്കും. അവിടെയുള്ള ലോക്കൽ എൻജിനീയേഴ്സ് ആണ് ഇക്കാര്യം ടെസ്ലയെ അറിയിച്ചത്. ടെസ്ല ആ സ്ഥലം സന്ദർശിക്കുകയും അവിടെ ഒരു ലബോറട്ടറി തുടങ്ങാൻ തീരുമാനിക്കുകയും ചെയ്തു. അവിടെ ഒരു വലിയ ട്രാൻസ്ഫോർമറും അദ്ദേഹം സ്ഥാപിച്ചു.

ഇടിമിന്നലിനെ ആകർഷിക്കാൻ സാധിക്കുന്ന വിധത്തിൽ ആയിരുന്നു ആ ട്രാൻസ്ഫോർമറിന്റെ നിർമ്മാണം. ഇടിമിന്നലിൽ നിന്നുണ്ടാകുന്ന വൈദ്യുതി ശേഖരിക്കുക എന്ന

ലക്ഷ്യത്തോടെ 1899 ൽ ലോകത്തെ ആകമാനം ഞെട്ടിക്കാൻ പോകുന്ന ഈ പദ്ധതിക്ക് ടെസ്ല തുടക്കമിട്ടു. പിന്നീട് ലോകത്ത് ആദ്യമായി ഒരു മനുഷ്യനിർമിത ഇടിമിന്നൽ അദ്ദേഹം ഉണ്ടാക്കി. ട്രാൻസ്ഫോർമർ ഇടിമിന്നലിൽ നിന്ന് ശേഖരിച്ച വൈദ്യുതിയെ മൂന്നിരട്ടിയാക്കി അന്തരീക്ഷത്തിലേക്ക് ട്രാൻസ്മിറ്റ് ചെയ്തു. വയറുകളുടെ ഒന്നും സഹായമില്ലാതെ തന്നെ നിലത്തു കുത്തി വെച്ചിരുന്ന ബൾബുകൾ പ്രകാശിച്ചു. എവിടെയും പ്രകാശമയം, ആളുകൾ അമ്പരപ്പോടെ ആ പ്രകാശ വലയം നോക്കിക്കണ്ടു. അതിനുശേഷം ഇന്നുവരെ ലോകത്താർക്കും അങ്ങനെയൊരു ഇടിമിന്നൽ ഉണ്ടാക്കിയെടുക്കാൻ സാധിച്ചിട്ടില്ല. പക്ഷേ അതിശക്തമായ ആ വൈദ്യുതിയെ താങ്ങാനാകാതെ അവിടുത്തെ ജനറേറ്റർ സ്റ്റേഷൻ പൊട്ടി തകർന്നു.

ഹൈ ഫ്രീക്വൻസിയുള്ള ഈ ഊർജ്ജം ഉപയോഗിച്ച് അന്തരീക്ഷത്തിൽ നിന്നും വൈദ്യുതിയെ എടുക്കുന്ന ഇലക്ട്രിക് വാഹനങ്ങൾ നിർമ്മിക്കാൻ സാധിക്കും എന്ന് അദ്ദേഹം മനസ്സിലാക്കി. കൂടാതെ ലോകത്തെ മുഴുവൻ ഏറ്റവും കുറഞ്ഞ ചിലവിൽ വൈദ്യുതവത്ക്കരിക്കാനും സാധിക്കും, എന്തിന് പാചകം ചെയ്യാൻ പോലും ഈ ഊർജ്ജം മതിയാകും. പിന്നീട് പെട്രോളിയത്തിന്റെ ആവശ്യമേ വരുന്നില്ല.

ടെസ്ല ഇതേപ്പറ്റി അദ്ദേഹം ഒരു ലേഖനം എഴുതുകയും ചെയ്തു. ഈ ലേഖനം വായിക്കാൻ ഇടയായ പ്രശസ്ത വ്യവസായിയായ മോർഗൻ ടെസ്ലയെ ചെന്ന് കാണുകയും അദ്ദേഹത്തിന്റെ ആശയം കേൾക്കുകയും ചെയ്തു. പക്ഷേ മോർഗന്റെ ലക്ഷ്യം മറ്റൊന്നായിരുന്നു. ഒരു റേഡിയോ കമ്മ്യൂണിക്കേഷൻ സിസ്റ്റം നിർമ്മിക്കുക. എന്നാൽ ടെസ്മക്ക് അതിൽ താൽപര്യമില്ലായിരുന്നു. മാർക്കോണി

റേഡിയോ ഉണ്ടാക്കുന്നതിനും വർഷങ്ങൾക്കുമുമ്പ് ടെസ്ല അത് ഉണ്ടാക്കിയതാണ്.

ജീവിതത്തിൽ വെല്ലുവിളികൾ നിറഞ്ഞ കണ്ടെത്തലുകൾക്ക് പ്രാധാന്യം നൽകിയിരുന്ന ടെസ്ലയെ സംബന്ധിച്ചിടത്തോളം റേഡിയോ എന്നത് വളരെ ചെറിയ ഒരു കണ്ടെത്തൽ മാത്രമായിരുന്നു. അതുകൊണ്ടുതന്നെ മോർഗൻ ഒന്നരക്കോടി യുഎസ് ഡോളർ നിക്ഷേപിക്കാം എന്ന് വാഗ്ദാനം ചെയ്തിട്ടും ടെസ്ല അത് നിരസിക്കുകയാണുണ്ടായത്. പിന്നീട് മാർക്കോണിക്ക് റേഡിയോ കണ്ടു പിടിച്ചതിനുള്ള നോബൽ സമ്മാനം ലഭിച്ചു. അതിനർഹനായ വ്യക്തി ടെസ്ലയായിരുന്നു എന്നതാണ് സത്യം. ചില സത്യങ്ങൾ ലോകം അറിയുന്നത് മറ്റുള്ളവരുടെ പേരിലായിരിക്കും.

തന്റെ പദ്ധതിയുടെ പ്രാധാന്യത്തെ കുറിച്ച് ധനികനായ മോർഗനെ പറഞ്ഞു മനസ്സിലാക്കി കൊടുക്കാൻ വേണ്ടി ടെസ്മ ഏക്കറുകണക്കിന് സ്ഥലം വാങ്ങി അതിന്റെ ഒത്ത നടുക്ക് ഒരു വയർലെസ്സ് ട്രാൻസ്മിഷൻ പവർ സ്റ്റേഷൻ സ്ഥാപിക്കുകയും ചെയ്തു. ഈ ടവറിലൂടെ അയണോസ്സിയറിൽ നിന്നും വൈദ്യുതി ഉത്പാദിപ്പിച്ച് ലോകം മുഴുവനും എത്തിക്കാൻ സാധിക്കുമായിരുന്നു. പവർ സ്റ്റേഷന്റെ പണി പൂർത്തിയാക്കി മോർഗനെ അവിടേക്ക് കൂട്ടിക്കൊണ്ടു വന്ന് അത് പ്രവർത്തിപ്പിച്ച് കാണിക്കുകയും ചെയ്തു. പക്ഷേ മോർഗൻ അതിലൊന്നും ആകൃഷ്ടനായില്ല. അദ്ദേഹം അപ്പോഴും തന്റെ റേഡിയോ കമ്മ്യൂണിക്കേഷൻ സിസ്റ്റം എന്ന ലക്ഷ്യത്തിൽ തന്നെ ഉറച്ചു നിന്നു. ടെസ്ല അതിന് തയ്യാറല്ല എന്ന് പറഞ്ഞപ്പോൾ മോർഗൺ തന്റെ നിക്ഷേപങ്ങൾ മുഴുവൻ പിൻവലിച്ചു. ടെസ്ല സ്വപ്നം കണ്ട ആ മഹത്തായ പദ്ധതി നടപ്പിൽ ആയിരുന്നെങ്കിൽ ഇന്ന് കാണുന്ന ഒരു ഡാമുകളുടെയും ഒരു ന്യൂക്ലിയർ പവർ

പ്ലാന്റുകളുടെയും ആവശ്യകത ഉണ്ടാകുമായിരുന്നില്ല. വലിയ വില കൊടുത്ത് ഇന്ധനം വാങ്ങുന്നതിന് പകരം വൈദ്യുതിയുടെ സഹായത്താൽ നമ്മുടെ എല്ലാ വാഹനങ്ങളും റോഡിലേക്കിറങ്ങുമായിരുന്നു. ഈ ലോകം തന്നെ മാറിമറിയുമായിരുന്നു.

1917 ആകുമ്പോഴേക്കും സൗജന്യമായി വൈദ്യുതി ഉൽപാദിപ്പിക്കാൻ കഴിയുമെന്ന ടെസ്ലയുടെ വിശ്വാസം ഒന്നാം ലോക മഹായുദ്ധത്തോടെ അവസാനിച്ചു. ജർമ്മനി ആ ടവറിന്റെ സഹായത്തോടെ റേഡിയോ കമ്മ്യൂണിക്കേഷൻ നടത്തുമെന്നു പറഞ്ഞ് യുഎസ് ഗവൺമെന്റ് ആ ടവർ എന്നെന്നേക്കുമായി നശിപ്പിച്ചു കളഞ്ഞു.

റേഡിയോ കമ്മ്യൂണിക്കേഷനെ മറ്റൊരു തലത്തിലേക്ക് മാറ്റാൻ വേണ്ടി കുറച്ചുകൂടി നൂതനമായ ഒരു സാങ്കേതിക വിദ്യ വികസിപ്പിച്ചെടുക്കണം എന്ന കേണൽ ആസ്റ്ററിന്റെ ആവശ്യപ്രകാരം അതിന്റെ പരീക്ഷണങ്ങൾ നടത്തുന്നതിനിടയിൽ ചില വിചിത്രമായ ശബ്ദങ്ങൾ ടെസ്മക്ക് കേൾക്കാൻ സാധിച്ചു. ആ ശബ്ദം ഭൂമിയിൽ ഉണ്ടായിരുന്നതോ നിർമ്മിച്ചതോ ആയിരുന്നില്ല. വ്യത്യസ്തമായ ആ സിഗ്നലുകൾ വളരെ കുറച്ചു സമയത്തേക്ക് മാത്രം ശ്രവിക്കാനേ അദ്ദേഹത്തിന് സാധിച്ചുള്ളൂ.

അവിടെ നമ്മളെപ്പോലെ ആരോ ഉണ്ട്. നമ്മൾ അന്വേഷിക്കുന്നത് പോലെ അവരും നമ്മളെ പറ്റി അന്വേഷിക്കുന്നുണ്ടാവും. ഒരുപക്ഷേ അവർ നമ്മളിലേക്ക് എത്താൻ വേണ്ടിയുള്ള പരിശ്രമത്തിലായിരിക്കും. ടെസ്ലയ്ക്ക് ആ സിഗ്നൽ കേട്ടപ്പോൾ അങ്ങനെയാണ് തോന്നിയത്. അത് സത്യമാണെങ്കിൽ അന്യഗ്രഹജീവികൾ ഉണ്ട് എന്നും ഒരിക്കൽ അവർ നമ്മളെ തേടി വരികതന്നെ ചെയ്യും എന്നും നാം വിശ്വസിക്കേണ്ടിയിരിക്കുന്നു.

1922 ൽ ടെസ്ലയുടെ വയർലെസ്സ് വൈദ്യുതി പദ്ധതി പരാജയപ്പെട്ടതിനെ തുടർന്ന് അദ്ദേഹം കടക്കെണിയിലാവുകയും അദ്ദേഹം താമസിച്ചിരുന്ന ഹോട്ടലിലെ ബില്ല് അടക്കാൻ സാധിക്കാത്തത് കൊണ്ട് അവിടെ നിന്നും പുറത്ത് പോകാൻ നിർബന്ധിതനാവുകയും ചെയ്തു. പിന്നീട് ചെറിയ നിരക്കുകളിലുള്ള ഹോട്ടലുകളിൽ അദ്ദേഹം മാറി മാറി താമസിച്ചു. അവിടെയെല്ലാം അദ്ദേഹം അടയ്ക്കാത്ത ബില്ലുകൾ അവശേഷിപ്പിക്കുകയാണ് ചെയ്തത്.

1934 ൽ വെസ്റ്റിംഗ് ഹൗസ് കമ്പനി ടെസ്ലയ്ക്ക് 125 ഡോളർ കൺസൾട്ടിങ് ഫീസായി നൽകാനും ന്യൂയോർക്കർ ഹോട്ടലിലെ വാടക നൽകാനും തുടങ്ങി. സ്ത്രീകളോട് ആഴത്തിലുള്ള ബഹുമാനം പുലർത്തിയിരുന്ന ടെസ്ല ഒരിക്കലും അവരുടെ വാത്സല്യത്തിന് താൻ അർഹനല്ലെന്ന് അവകാശപ്പെട്ടിരുന്നു. അതുകൊണ്ടുതന്നെ അദ്ദേഹം എപ്പോഴും ഒറ്റയ്ക്കായിരുന്നു.

അവസാന കാലത്ത് അദ്ദേഹം താമസിച്ചത് ന്യൂയോർക്കർ ഹോട്ടലിലെ 3337 എന്ന നമ്പറിലുള്ള മുറിയിലാണ്. അവിടെ വച്ചാണ് പ്രാവുകളോടുള്ള ഇഷ്ടം അദ്ദേഹത്തിൽ വളർന്നത്. അവശരായ പ്രാവുകളെ അദ്ദേഹം ശുശ്രൂഷിച്ചു. മനുഷ്യ വാത്സല്യത്തോടെ തന്നെ ഒരു പ്രാവിനെ അദ്ദേഹം നേഹിക്കുകയും ചെയ്തു. അവൾ എന്റെ ജീവിതത്തിലുണ്ടായിരുന്നിടത്തോളം കാലം എന്റെ ജീവിതത്തിന് ഒരു ലക്ഷ്യമുണ്ടായിരുന്നു എന്ന് അദ്ദേഹം എഴുതുകയും ചെയ്തു.

1943, ന്യൂയോർക്കർ ഹോട്ടലിലെ ജീവനക്കാരി ഓരോ മുറികളും വൃത്തിയാക്കുന്നതിനിടയിൽ 3327 നമ്പർ മുറിയുടെ

മുന്നിലെത്തി. ഡു നോട്ട് ഡിസ്റ്റർബ് എന്ന ബോർഡ് മുറിയുടെ മുന്നിൽ തൂക്കിയിട്ടുണ്ടായിരുന്നത് കൊണ്ട് കഴിഞ്ഞ ദിവസം മുറി വൃത്തിയാക്കാതെയാണ് അവർ പോയത്. ഇത്തവണ രണ്ടും കൽപ്പിച്ച് കയ്യിലുള്ള താക്കോൽ ഉപയോഗിച്ച് അവർ മുറി തുറന്നു. എല്ലാ തവണയും ആ മുറി വൃത്തിയാക്കിയിരുന്നത് അവർ തന്നെയായിരുന്നു. പക്ഷേ ഇന്നു മാത്രം ആ മുറിക്ക് ഒരു പ്രത്യേക ഗന്ധം അനുഭവപ്പെട്ടു. അതെ, അത് മരണത്തിന്റെ ഗന്ധമായിരുന്നു. നിക്കോള ടെസ്ല മരിച്ചിരിക്കുന്നു. അന്നേവരെ ഭൂമിയിൽ ജനിച്ചതിൽ വയ്ച്ച് ഏറ്റവും ബുദ്ധിമാനായ വ്യക്തി, ഏറ്റവും നല്ല മനുഷ്യസ്നേഹി, ഈ ലോകത്തിന് ഏറ്റവും കൂടുതൽ സംഭാവനകൾ നൽകിയ അത്ഭുത മനുഷ്യൻ, ഒരിക്കൽ ലോകത്തിലെ ഏറ്റവും ധനികനായിരുന്ന നിക്കോള ടെസ്ല എന്ന ആ മനുഷ്യൻ ഒടുവിൽ ഹോട്ടലിലെ അടക്കാനുള്ള ബില്ലുകൾ മാത്രം അവശേഷിപ്പിച്ച്, ഈ ലോകത്തിന് വെളിച്ചം നൽകി ഇരുട്ടിന്റെ ലോകത്തേക്ക് യാത്രയായി.

ഒരിക്കൽ കൂടി അദേഹത്തിന്റെ ആ വരികൾ ഓർത്തു പോകുന്നു.

"ഒരു പുരുഷൻ ഒരു സ്ത്രീയെ സ്നേഹിക്കുന്നത് പോലെ ഞാനാ പ്രാവിനെ സ്നേഹിച്ചു, അവൾ എന്നെയും. എനിക്ക് അവൾ ഉണ്ടായിരുന്നിടത്തോളം കാലം എന്റെ ജീവിതത്തിന് ഒരു ലക്ഷ്യമുണ്ടായിരുന്നു. അവൾ മരിച്ചപ്പോൾ എന്റെ ജീവിതത്തിന്റെ ജോലി പൂർത്തിയായി.

2

അന്നത്തെ ദിവസത്തിന് ഒരു പ്രത്യേക ഉണ്ടായിരുന്നു. രാജ്യമെങ്ങും മദർ തെരേസയുടെ ജന്മദിനം അനുസ്മരിക്കുകയായിരുന്നു. അന്നേ ദിവസം കേരളത്തിലെ ഒരു കൊച്ചു ഗ്രാമത്തിൽ ഒരു പെൺകുഞ്ഞു പിറന്നു. മീരയുടെയും മാധവന്റെയും ആദ്യത്തെ കുട്ടി. ആ കുഞ്ഞിന് അവർ മാളവിക എന്ന് പേരിട്ടു. വീട്ടിൽ സ്നേഹത്തോടെ എല്ലാവരും അവളെ മാളൂട്ടി എന്ന് വിളിച്ചു. മാതാപിതാക്കളുടെ മുഴുവൻ സ്നേഹവും അവൾക്ക് മാത്രമായി കിട്ടാനായിരുന്നു ദൈവത്തിന്റെ തീരുമാനം. അത് കൊണ്ടാകാം ആ ദമ്പതികൾക്ക് പിന്നീട് കുട്ടികൾ ഉണ്ടായില്ല.

ചുറ്റും സ്നേഹം കൊണ്ട് പൊതിയാൻ ആരൊക്കെയുണ്ടെങ്കിലും നമ്മൾ അനാഥരാണെന്ന് തോന്നുന്നത് കൂടെപ്പിറപ്പുകൾ ഇല്ലാതെ വരുമ്പോളാണ്. അത് മറ്റൊരു അനാഥത്വം പോലെയാണ്. കൂടെക്കളിക്കാൻ, വഴക്കടിക്കാൻ, തല്ലുകൂടാൻ ഒരു സഹോദരനോ സഹോദരിയോ ഇല്ലാത്ത ദുഃഖം മാളുവിനെയും ഇടക്കൊക്കെ അലട്ടിയിരുന്നു.

ചെമ്പകച്ചോട്ടിലും മൂവാണ്ടൻ മാവിന്റെ തണലിലും ചെന്നിരുന്ന് അവിടെയുള്ള കിളികളോടും ശലഭങ്ങളോടുമൊക്കെ കിന്നരിക്കാറുണ്ട്. മാളു അവിടെ

അവൾക്ക് വേണ്ടിയുള്ള ഒരു ലോകം തന്നെ ഉണ്ടാക്കിയിരുന്നു. ചില സന്തോഷങ്ങൾ അവൾ അവിടെയാണ് ആഘോഷിച്ചിരുന്നത്.
പഠിക്കാൻ ഏറെ മിടുക്കിയാണ് മാളു. ക്ലാസ്സിൽ ഒന്നാം സ്ഥാനത്ത് അവൾ തന്നെയാണ്. മറ്റുള്ളവരെ സഹായിക്കുന്നതിനും അവരുടെ വിഷമങ്ങൾ മനസ്സിലാക്കാനുമുള്ള മനസ്സ് കുട്ടികാലത്ത് തന്നെ അവൾക്കുണ്ടായിരുന്നു. അത് കൊണ്ട് തന്നെ എല്ലാവർക്കും മാളുവിനോട് ഒരു പ്രത്യേക വാത്സല്യമാണ്.

ഏക മകളായത് കൊണ്ട് തന്നെ മാതാപിതാക്കൾ അവളുടെ കാര്യത്തിൽ പ്രത്യേകം ശ്രദ്ധ പുലർത്തി. പലപ്പോഴും തന്റെ ഇഷ്ടങ്ങളേക്കാൾ കൂടുതൽ മാതാപിതാക്കളുടെ ഇഷ്ടങ്ങൾ അനുസരിക്കേണ്ടി വന്നു മാളുവിന്. ഐഎഎസ് ന് പഠിക്കണമെന്നായിരുന്നു മാളുവിന്റെ ആഗ്രഹം. പക്ഷേ മകളെ ഒരു നഴ്സ് ആക്കാനായിരുന്നു അച്ചഛനും അമ്മയും തീരുമാനിച്ചത്. മാളുവിന്റെ ഉള്ളിലെ നന്മയും സ്നേഹവുമൊക്കെ തിരിച്ചറിഞ്ഞ പലരും അവരോട് അത് തന്നെയാണ് പറഞ്ഞതും. ആശുപത്രിയും രോഗികകളും മരുന്നും ഒന്നും ഇഷ്ടമില്ലാതിരുന്ന മാളുവിന് ഒടുവിൽ വീട്ടുകാരുടെ തന്നെ ഇഷ്ട്ടം അംഗീകരിക്കേണ്ടി വന്നു.

മനസ്സിൽ മറ്റൊരു മോഹവും വയ്ച്ച് ഒരിക്കലും ഇഷ്ട്ടപ്പെടാത്ത ഒരു ജോലി പഠിക്കാൻ അവൾ മനസ്സില്ലാ മനസ്സോടെ സമ്മതിച്ചു. മാതാപിതാക്കളുടെ സ്നേഹത്തിന് മുന്നിൽ എതിർത്തൊന്നും പറയാനാകാതെ ഇതുപോലെ ചിലപ്പോളൊക്കെ അവൾ തോറ്റു പോകാറുണ്ട്. ആ തോൽവി അവരെ ഏറെ സന്തോഷിപ്പിക്കുമെങ്കിൽ അതായിരുന്നു മാളുവിന് ഇഷ്ട്ടം. തോറ്റുകൊണ്ട് സ്നേഹിക്കുന്ന മറ്റൊരു

ഭ്രാന്ത്.

മാതാപിതാക്കളുടെ അടുത്ത് നിന്ന് അന്നേവരെ മാറി നിന്നിട്ടില്ലാത്ത മാളു ആദ്യമായി അവരെ വിട്ട് അകലെയുള്ള ഒരു മെഡിക്കൽ കോളേജിൽ നഴ്സിംഗ് പഠിക്കാൻ പോയി. ഭൂമിയിൽ നിന്ന് അകലെ ചന്ദ്രനിലേക്ക് പോയത് പോലെയായിരുന്നു അവൾക്ക് അവർക്കിടയിലുള്ള ആ ദൂരം അനുഭവപ്പെട്ടത്. അതിലേറെ വിഷമകരം ഹോസ്റ്റൽ ജീവിതമായിരുന്നു. തികച്ചും ജയിൽ വാസം എന്ന് തന്നെ പറയാം.

എല്ലാവിധ സ്വാതന്ത്ര്യത്തോടും കൂടി അച്ഛനോടും അമ്മയോടുമൊപ്പം കഴിഞ്ഞിരുന്ന മാളുവിന് ഇപ്പോൾ അവരെയൊന്നു കാണാൻ പോകണം എങ്കിൽ നാലഞ്ച് മാസം കാത്തിരിക്കണം ഒരു ലീവിന് വേണ്ടി. ആകെ ആശ്വാസം ഞായറാഴ്ച്ച ദിവസം അനുവദിച്ച് തരുന്ന രണ്ട് മണിക്കൂർ മാത്രമാണ്. അമ്പലത്തിലോ റെസ്റ്റോറന്റിലോ പോകണമെങ്കിൽ ആ രണ്ട് മണിക്കൂർ ഉപയോഗിക്കാം.

ഒരു വരദാനം പോലെ വീണു കിട്ടുന്ന ആ രണ്ട് മണിക്കൂർ പുറം ലോകത്തിൻറെ സൗന്ദര്യം പരോളിനിറങ്ങിയ ഒരു കുറ്റവാളിയുടെ കൗതുകമെന്നപോലെ മാളു ആസ്വദിക്കും. വല്ലപ്പോഴും കൂട്ടുകാരികളോടൊപ്പം അമ്പലത്തിൽ പോകും. ദൈവത്തോട് പരാതി പറയും. ചെയ്യാത്ത എന്തോ തെറ്റിന്റെ ശിക്ഷ അനുഭവിക്കുന്നത് പോലെയാണ് ആ ഹോസ്റ്റലിലെ കാരാഗ്രഹ വാസം അവൾക്കനുഭവപ്പെട്ടിരുന്നത്.

ഉറക്കമില്ലാത്ത രാത്രികളിലെല്ലാം നാലാം നിലയിലെ കോറിഡോറിൽ നിന്ന് ആകാശം നോക്കി മാളു കരയാറുണ്ട്. എങ്ങനെയും അവിടെ നിന്ന് തിരിച്ച് പോകണം എന്ന് മാത്രമായിരുന്നു അവളുടെ ചിന്ത. പലപ്പോഴും വീട്ടിൽ വിളിച്ച്

അമ്മയോട് സങ്കടം പറയും. മകളുടെ ബുദ്ധിമുട്ട് മനസ്സിലാക്കിയപ്പോൾ അവിടെ നിന്ന് പഠിക്കാൻ ഇഷ്ടമില്ലെങ്കിൽ തിരിച്ച് വരാൻ അമ്മ അവളോട് പറഞ്ഞു.

പക്ഷേ വിധി മറ്റൊന്നായിരുന്നു. അതേ വർഷം തന്നെ മാളുവിന് ഹോസ്പിറ്റൽ പോസ്റ്റിംഗ് കിട്ടി. അങ്ങനെ ആദ്യമായി നഴ്സിന്റെ കോട്ടും ധരിച്ച് സ്റ്റെതസ്കോപ്പും പിടിച്ച് അവൾ ഹോസ്പിറ്റലിലേക്ക് പോയി. ജീവിതത്തിൽ ആദ്യമായി ഗവൺമെന്റ് ഹോസ്പിറ്റലിന്റെ പടി ചവിട്ടിയ മാളുവിന് അവിടെ ഒന്നും ചെയ്യാനേ തോന്നിയില്ല. ആ അന്തരീക്ഷം അവൾക്ക് ഒട്ടും സുഖകരമായിരുന്നില്ല. പല കാഴ്ചകളും അറപ്പുളവാക്കുന്നതായിരുന്നു.

മാളുവിന്റെ അദ്ധ്യാപകൻ കാണാതെ അവൾ ഏതെങ്കിലും തൂണിന്റെ മറവിൽ ഒളിഞ്ഞു നിൽക്കും. അങ്ങനെ ഒരുദിവസം ഒരു തൂണിന്റെ മറവിൽ ഒളിച്ച് നിൽക്കുമ്പോൾ വർഗ്ഗീസ് എന്ന ഒരു വൃദ്ധനായ രോഗി അവളെ കൈകാട്ടി വിളിച്ചു.

തെല്ല് മടിയോടെ അവൾ അയ്യാളുടെ അടുത്തേയ്ക്ക് പോയി. എല്ലുന്തിയ ശരീരം. വളരെ അവശനിലയിൽ കിടന്ന് കൊണ്ട് വർഗ്ഗീസ് മാളുവിനെ നോക്കി ചിരിച്ചു കൊണ്ട് പേര് ചോദിച്ചു. മാളു പേര് പറഞ്ഞു. വർഗ്ഗീസിനോട് അവൾ അസുഖ വിവരങ്ങൾ അന്വേഷിച്ചു. അയ്യാൾ തന്റെ കഥകളുടെ കെട്ടഴിച്ചു.

ഒരനാഥാലയത്തിലെ അന്തേവാസിയാണ് അയ്യാൾ. അവിടെ ഉള്ളവർക്ക് നല്ല നല്ല തമാശകൾ പറഞ്ഞു കൊടുത്ത് അവരെ ചിരിപ്പിച്ച് കൊണ്ട് സ്വയം സന്തോഷം കണ്ടെത്തിയിരുന്ന മനുഷ്യൻ. ഇപ്പോൾ അസുഖം ബാധിച്ചപ്പോൾ അനാഥാലയത്തിലെ ജീവനക്കാരി ഇവിടെ കൊണ്ട് വന്നാക്കി.

അവർ വല്ലപ്പോഴും വരും. ഒരു കൈസഹായത്തിന് ആരുമില്ല.

വർഗ്ഗീസിന്റെ അവസ്ഥ അറിഞ്ഞപ്പോൾ മാളുവിന്റെ മനസ്സലിഞ്ഞു. മാളു അദ്ദേഹത്തിന് മരുന്ന് കൊടുത്തു. തന്നെക്കൊണ്ടാകുന്ന സഹായങ്ങളൊക്കെ അവൾ ചെയ്ത് കൊടുത്തു. ഒരു ദിവസം വർഗ്ഗീസിനോട് സംസാരിച്ച് കൊണ്ട് നിൽക്കുമ്പോൾ മാളുവിന്റെ അദ്ധ്യാപകൻ അത് കണ്ടു.

"ഇതാണോ തന്റെ പേഷ്യന്റ്. എന്നാൽ ഡീറ്റെയിൽസ് പ്രെസന്റ് ചെയ്യ്"

അധ്യാപകൻ പെട്ടെന്ന് അങ്ങനെ ആവശ്യപ്പെട്ടപ്പോൾ മാളു ഒന്ന് പരുങ്ങി. ഇത്രയും ദിവസമായിട്ടും അവൾ ഒന്നും തന്നെ ചെയ്തിട്ടുണ്ടായിരുന്നില്ല. വർഗ്ഗീസിന് നെഞ്ച് വേദനയാണെന്ന് മാത്രമേ അവൾക്കറിയുള്ളു. മാളു ഒന്നും മിണ്ടാതെ നിൽക്കുന്നത് കണ്ടപ്പോൾ വർഗ്ഗീസ് അദ്ധ്യാപകനോട് പറഞ്ഞു "അവളെന്റെ ബിപി നോക്കി, മരുന്നു തന്നു. നല്ല കുട്ടിയാണ്."

അത് കേട്ടപ്പോൾ അദ്ധ്യാപകന് മതിപ്പായി. മാളുവിനെ പ്രശംസിച്ച് കൊണ്ട് അദ്ദേഹം പോയി. അങ്ങനെ വർഗ്ഗീസ് അപ്പൂപ്പൻ അവളെ രക്ഷപ്പെടുത്തി.

അങ്ങനെ അവൾപോലും അറിയാതെ അവൾക്ക് ഒരു പേഷ്യന്റായി. അയ്യാൾ അവളെ പഠിപ്പിക്കുകയായിരുന്നു പുതിയ പാഠങ്ങൾ.

പതിയെ പതിയെ അവൾ അയ്യാളുടെ പേരക്കുട്ടിയായി മാറി. അങ്ങനെ ആദ്യമായി അയാൾക്ക് ഒരു ബന്ധുവിനെ കിട്ടി. തന്റെ അനാഥത്വം അയ്യാൾ മറക്കാൻ തുടങ്ങി.

ഒരു ദിവസം മാളു ഹോസ്പിറ്റലിൽ പോയില്ല. അവൾക്ക് ലീവായിരുന്നു അന്ന്. തൊട്ടടുത്ത ദിവസം ഹോസ്പിറ്റലിൽ ചെന്നപ്പോൾ വർഗ്ഗീസ് അപ്പൂപ്പൻ കാര്യം തിരക്കി. രണ്ട് ദിവസമായിട്ട് അയ്യാൾ ഒന്നും കഴിച്ചിട്ടയുണ്ടായിരുന്നില്ല. ബ്രഡും പാലുമാണ് കഴിക്കാൻ കിട്ടാറുള്ളത്. പാല് ചൂടാക്കാൻ ഒരു രൂപ കൊടുക്കണം. കൈയിൽ കാശില്ലാത്തത് കൊണ്ട് പാല് ചൂടാക്കിയില്ല. ഉണക്ക ബ്രഡ് കഴിക്കാനും തോന്നിയില്ല. അത് കേട്ടപ്പോൾ മാളുവിന്റെ മനസ്സലിഞ്ഞു. ജീവിതത്തിൽ ഒരിക്കലും പട്ടിണി എന്തെന്നറിഞ്ഞിട്ടില്ല, ഇപ്പോൾ കണ്മുന്നിൽ കണ്ടു.

ചായ കുടിക്കാൻ കൊണ്ട് വന്ന 5 രൂപ പോക്കറ്റിലുണ്ടായിരുന്നു. അവളത് വർഗ്ഗീസിന് നേർക്ക് നീട്ടി. അയാളത് വാങ്ങാൻ വിസമ്മതിച്ചു.

സ്വന്തം മകൾ തരുന്നതാണെന്ന് കരുതിയാൽ മതിയെന്ന് പറഞ്ഞപ്പോൾ സന്തോഷത്തോടെ അയ്യാളത് വാങ്ങി.എന്നിട്ട് അവളെ അനുഗ്രഹിച്ചു. മോള് നന്നായി വരുമെന്ന് പറഞ്ഞു. അവൾക്ക് എന്തെന്നില്ലാത്ത സന്തോഷം തോന്നി.

അന്ന് അവിടെ വയ്ച്ച് അവൾ മനസ്സിൽ കുറിച്ചു. ഇനി ഇതാണ് എന്റെ വഴി, ശെരിയായ പ്രൊഫക്ഷൻ. ചെയ്യാൻ ഒരുപാടുണ്ട്. അവളത് തന്റെ മനസ്സിനെ പറഞ്ഞു പഠിപ്പിച്ചു.

പിന്നീട് അനാഥാലയത്തിലെ സ്റ്റാഫിനെ കണ്ടപ്പോൾ മാളു ദേഷ്യപ്പെട്ടു.

"ഒരാളെ ഇവിടെ കൊണ്ട് വന്നിട്ടിട്ടു പോയാൽ ഒന്ന് തിരിഞ്ഞു നോക്കാനുള്ള ഉത്തരവാദിത്തം നിങ്ങൾക്കില്ലേ"

"എന്റെ പൊന്ന് സിസ്റ്ററേ ഇത് പോലെ ഒത്തിരി പേരുണ്ട്.

എല്ലാരെയും നോക്കണ്ടേ. അതിനും വേണ്ടിയുള്ള ശമ്പളമൊന്നും ഞങ്ങൾക്കില്ല" അയ്യാൾ തന്റെ അവസ്ഥ പറഞ്ഞപ്പോൾ മാളു പിന്നെ ഒന്നും മിണ്ടിയില്ല.
തൊട്ടടുത്ത ദിവസം വർഗ്ഗീസ് അപ്പൂപ്പൻ മാളുവിനെ കണ്ടപ്പോൾ സ്നേഹത്തോടെ അവളുടെ കൈയിൽ പിടിച്ച് കൊണ്ട് പറഞ്ഞു "മോള് ഐശ്വര്യം ഉള്ള കുട്ടിയാണ്. ഇന്നലെ ഒന്നാം തീയതിയായിരുന്നു. മോൾടെ കൈയിൽ നിന്ന് കൈനീട്ടം കിട്ടിയത് കൊണ്ട് ഇന്നലെ എനിക്ക് 100 രൂപ കിട്ടി. വാർഡിലുള്ള രോഗികൾ എല്ലാവരും കൂടി പിരിവിട്ടു തന്നു."

അത് കേട്ടപ്പോൾ അവൾക്ക് എന്തെന്നില്ലാത്ത സന്തോഷം തോന്നി.

അങ്ങനെയിരിക്കെ ഒരു ദിവസം അസുഖമൊക്കെ മാറി വർഗ്ഗീസ് അപ്പൂപ്പൻ ഡിസ്ചാർജ് ആയി. മാളുവും സുഹൃത്തുക്കളും സന്തോഷത്തോടെ അയ്യാളെ യാത്രയാക്കി.

എന്നും വീട്ടിൽ വിളിച്ച് മടങ്ങി വരണമെന്ന് പരാതി പറഞ്ഞിരുന്ന മാളുവിന് ക്ലിനിക്കൽസിൽ താല്പര്യം കൂടി. പിന്നീട് അവൾ എല്ലാം രോഗികളോടും ചിരിച്ച് കൊണ്ട് സ്നേഹത്തോടെ സംസാരിക്കാനും അവരെ സഹായിക്കാനും തുടങ്ങി.

ഓരോ രോഗികൾക്കും മരുന്ന് കൊടുക്കുമ്പോൾ അവൾ പ്രാർത്ഥിക്കും ഇതുകൊണ്ട് അവരുടെ രോഗം ഭേതമാകണേ എന്ന്. അങ്ങനെ ആദ്യ വർഷം കടന്നു പോയി. പരീക്ഷയിൽ അവൾ പാസ്സായി.

ദേഹമാസകലം പൊള്ളലേറ്റവർ ഉൾപ്പെടെ പലരും അടുക്കാൻ അറയ്ക്കുന്ന രോഗികൾക്ക് വരെ അവൾ ഡ്രസ്സിങ് ചെയ്തു കൊടുത്തു. ഒരിക്കലും ഇഷ്ട്ടപ്പെടാതിരുന്ന ജോലി,

സർക്കാർ ആശുപത്രിയിലെ ദുർഗന്ധം, രോഗികൾ എല്ലാം പിന്നീട് അവളുടെ ജീവിതത്തിന്റെ ഭാഗമായി മാറുകയായിരുന്നു. സാഹചര്യങ്ങൾ അവളെ ഒരു നല്ല നേഴ്സാക്കി മാറ്റി. തന്റെ ജോലിയിൽ അത്രകണ്ട് ആത്മാർത്ഥതയുള്ള ഒരു മാലാഖയായി അവൾ മാറി.
കാലം കടന്നു പോയി. മൂന്നാം വർഷം ഒരു ക്യാമ്പിൽ വയ്ച്ച് മാളു അപ്രതീക്ഷിതമായി വർഗ്ഗീസ് അപ്പൂപ്പനെ കണ്ടു. തന്റെ പിന്നിൽ വന്ന് തട്ടി വിളിച്ച വർഗ്ഗീസ് അപ്പൂപ്പനെ ഒറ്റ നോട്ടത്തിൽ തന്നെ അവൾ തിരിച്ചറിഞ്ഞു.
"മോളെ ഞാൻ പിന്നീട് ആശുപ്രത്രിയിൽ വന്നപ്പോൾ നോക്കി പക്ഷേ കണ്ടില്ല"

"ഇപ്പോൾ വേറെ ഹോസ്പിറ്റലിൽ ഒക്കെയാണ് പോസ്റ്റിംഗ്"

ഒരു ചായ കുടിക്കാൻ വർഗ്ഗീസ് അപ്പൂപ്പൻ അവളെ ക്ഷണിച്ചു. പക്ഷേ അവിടെ നിന്ന് പോകാൻ അവൾക്ക് പെർമിഷൻ ഉണ്ടായിരുന്നില്ല. അങ്ങനെ സംസാരിച്ച് കൊണ്ട് നിൽക്കുമ്പോൾ കോളേജ് ബസ് വന്നു. മാളുവും സുഹൃത്തുക്കളും ബസിൽ കയറി. ബസ് മുന്നോട്ട് പോയപ്പോൾ പുറത്ത് നിന്ന് വർഗ്ഗീസ് അപ്പൂപ്പൻ കൈ വീശി യാത്ര പറഞ്ഞു.

അവിടെ നിന്ന് യാത്ര പറഞ്ഞു പോകുന്നതിന് മുൻപ് വർഗ്ഗീസ് അവളോട് ഒരു കാര്യം കൂടി പറഞ്ഞു.
"ഞാനൊരു യാത്ര പോവുകയാണ്. ഇനി മടങ്ങി വരുമോ എന്നറിയില്ല. മോളോട് മാത്രമേ ഞാൻ യാത്ര പറയുന്നുള്ളൂ"

ബസ് അകലേക്ക് മറയുമ്പോളും കൈകൾ വീശിക്കൊണ്ട് യാത്ര പറയുന്ന വർഗ്ഗീസ് അപ്പൂപ്പനെ സൈഡ് സീറ്റിൽ നിന്നും പുറത്തേക്ക് തലയിട്ട് നോക്കുന്ന മാളുവിന് ഒരു മങ്ങലോടെ

കാണാമായിരുന്നു.

ഇനിയൊരിക്കലും കാണാൻ കഴിയില്ല എന്നാണ് കരുതിയത്. ഒരു വർഷം കൂടി കടന്നു പോയി. ഒരു ദിവസം ഒരു ജൂനിയർ കുട്ടി മാളുവിനോട് വന്നു ചോദിച്ചു അവൾക്ക് ഒരു വർഗ്ഗീസ് അപ്പൂപ്പനെ അറിയാമോ എന്ന്. ആ കുട്ടിക്ക് അന്ന് ക്ലിനിക്കൽ പോസ്റ്റിംഗ് ഉണ്ടായിരുന്നു. അവരുടെ യൂണിഫോം ധരിച്ച കുട്ടികളോടൊക്കെ വർഗ്ഗീസ് അപ്പൂപ്പൻ മാളുവിനെ അന്വേഷിച്ചിരുന്നു. മാളുവിനെ ഒന്ന് കാണണം എന്ന് അയ്യാൾ ആഗ്രഹം പറഞ്ഞെന്ന് ആ കുട്ടി വന്ന് പറഞ്ഞപ്പോൾ മാളുവിന്റെ നെഞ്ചൊന്നു പിടഞ്ഞു.

ആ സമയത്ത് അവിടെ അവർക്ക് പോസ്റ്റിംഗ് ഇല്ലാത്തത് കൊണ്ട് കോളേജിൽ നിന്ന് പുറത്ത് പോകാൻ അനുവാദം ഉണ്ടായിരുന്നില്ല.

ഞായറാഴ്ച ദിവസം തന്റെയൊരു കൂട്ടുകാരിയുടെ സുഹൃത്തിന് പനിയായിട്ട് അഡ്മിറ്റ് ചെയ്തപ്പോൾ അവളെ കാണാൻ വേണ്ടി പോയപ്പോൾ വർഗ്ഗീസ് അപ്പൂപ്പനെയും കാണാം എന്ന് കരുതി.

ഒരു ബേക്കറിയിൽ നിന്നും കേക്കും പലഹാരങ്ങളും വാങ്ങി. പഴയ വാർഡിൽ പോയി അന്വേഷിച്ചപ്പോൾ സർജറി വാർഡിൽ തിരക്കാൻ ഒരു നേഴ്സ് പറഞ്ഞു.

മാളു അവിടെ പോയി തിരക്കിയപ്പോൾ വരാന്തയിൽ നോക്കാൻ പറഞ്ഞു. അപ്പോൾ അവൾക്ക് മനസിലായി അദേഹത്തിന്റെ സ്ഥിതി അത്ര നല്ലതായിരിക്കില്ല. സാധാരണ നായ കിടക്കുന്ന സ്ഥലമാണത്. വളരെ വൃത്തികേടായി കിടക്കുന്ന സ്ഥലം. മാളു അങ്ങോട്ട് ചെന്ന് നോക്കിയപ്പോൾ അവിടെ മൂന്ന്

ബെഡുകൾ മാത്രമാണ് ഉണ്ടായിരുന്നത് മറ്റാരെയും കണ്ടില്ല.

അവൾ ഒന്ന് കൂടി ചുറ്റും കണ്ണോടിച്ചു. അവിടെ ഒരു മൂലയിൽ ഒരു കൈ വിറയ്ക്കുന്നത് അവൾ കണ്ടു. മാളു അങ്ങോട്ട് ഓടി ചെന്നു.

അവിടെ പകുതി ശരീരം തളർന്ന വർഗ്ഗീസ് അപ്പൂപ്പനെ കണ്ടു. ചുണ്ട് ഒരു വശത്തേയ്ക്ക് കോടിയിരിക്കുന്നു. ശരീരത്തിൽ വസ്ത്രമില്ല. ഹോസ്പിറ്റലിലെ ബെഡ് ഷീറ്റ് മാത്രമാണ് പുതച്ചിട്ടുള്ളത്.
മാളു മുട്ടു കുത്തി നിലത്തിരുന്നു കൊണ്ട് എന്നെ അറിയാമോ എന്ന് ചോദിച്ചു.

നാവ് കുഴഞ്ഞു കൊണ്ടാണ് പറഞ്ഞതെങ്കിലും മാളൂട്ടി എന്ന വിളി അവൾക്ക് മനസ്സിലായി. അവൾ വാങ്ങിച്ചുകൊണ്ട് വന്ന പലഹാരങ്ങൾ അവിടെ വയ്ച്ചു. ഒന്നും വേണ്ട ഇതൊന്നും ഇറങ്ങില്ല എന്ന് അയ്യാൾ പറഞ്ഞു.

വർഗ്ഗീസ് ഒരു കൈ മെല്ലെ ഉയർത്തി. ആ കൈയിൽ പിടിച്ച് കൊണ്ട് മാളു പറഞ്ഞു എല്ലാം ശെരിയാകുമെന്ന്. അദ്ദേഹം ഒന്ന് ചിരിക്കുക മാത്രം ചെയ്തു.

മാളുവിന് കരച്ചിൽ വന്നെങ്കിലും അവളത് കടിച്ചമർത്തി. അപ്പോൾ തന്നെ അവിടെ നിന്ന് പോവുകയും ചെയ്തു.
തൊട്ടടുത്ത ദിവസം വർഗ്ഗീസ് അപ്പൂപ്പൻ മരിച്ച വിവരം ഒരു കുട്ടി വന്ന് പറഞ്ഞപ്പോൾ ആദ്യം വിഷമം തോന്നിയെങ്കിലും ഉള്ളിൽ ഒരാശ്വാസം തോന്നി. അവസാനമായി ഒന്ന് കാണണം എന്ന ആഗ്രഹം സാധിച്ച് കൊടുക്കാൻ കഴിഞ്ഞല്ലോ.

കാലം പിന്നെയും കടന്നു പോയി. അങ്ങനെയിരിക്കെ ഒരു

ദിവസം അവൾ ആഷിക് എന്ന ചെറുപ്പക്കാരനെ പരിചയപ്പെട്ടു. ഒരു സാധാരണക്കാരനായ ആഷിക് ഒരു മൊബൈൽ ഷോപ്പിലെ ജീവനക്കാരനായിരുന്നു. തുടക്കത്തിലെ സൗഹൃദം പിന്നീട് ഒരു പ്രണയമായി മാറി. അവനിൽ നിന്നാണ് അവൾ ആദ്യമായി ഒരാണിന്റെ സ്നേഹവും കരുതലും പ്രണയവും അറിഞ്ഞത്. അവനിൽ നിന്നാണ് പരിഭവങ്ങളും പരാതിയും സ്വാർത്ഥതയും പഠിച്ചത്. അതവൾക്ക് മറ്റൊരു ജന്മം പോലെയായിരുന്നു. കഴിഞ്ഞ ജന്മത്തിൽ നഷ്ട്ടപ്പെട്ടതെന്തോക്കെയോ തിരിച്ചു കിട്ടുന്ന മറ്റൊരു ജന്മം പോലെ. അവളത് മതിമറന്നാസ്വദിച്ചു. സ്വന്തമാണെന്ന വിശ്വാസത്തോടെ അവർ പരസ്പരം ഉപാധികളില്ലാതെ പ്രണയിച്ചു. നാളയെ കുറിച്ച് ഒരിക്കലും അവർ ചിന്തിച്ചിരുന്നില്ല. അവർക്കേറ്റവും പ്രിയപ്പെട്ടത് അവർ സ്നേഹിക്കുന്ന, സ്നേഹിക്കപ്പെടുന്ന ആ ഒരു നിമിഷം മാത്രമായിരുന്നു.

സന്തോഷകരമായ ദിവസങ്ങൾ കടന്നു പൊയ്ക്കൊണ്ടിരിക്കവെ മാളുവിന് ശാരീരികമായ ചില ബുദ്ധിമുട്ടുകൾ അനുഭവപ്പെട്ടു. ആദ്യമൊന്നും അതത്ര കാര്യമാക്കിയില്ല. പക്ഷേ പ്രശ്നം ഗുരുതരമാകാൻ തുടങ്ങിയപ്പോൾ അവൾ ഡോക്ടറെ കണ്ട് പരിശോധന നടത്തി. അവളുടെ രക്തത്തിൽ ചില പ്രശ്നങ്ങൾ ഉള്ളതായി പരിശോധനയിൽ തെളിഞ്ഞു. ഒരിക്കലും പ്രതീക്ഷിക്കാത്ത ഒരതിഥിയായിട്ടാണ് അവളിൽ ആ അസുഖം വന്നെത്തിയത്. രണ്ടോ മൂന്നോ മാസം കൂടുമ്പോൾ ഡയാലിസിസ് ചെയ്യണം. എത്ര ശ്രമിച്ചിട്ടും താനൊരു രോഗിയല്ല എന്ന് വിശ്വസിക്കാൻ അവൾക്കായില്ല. വളരെ പെട്ടെന്ന് തന്നെ വീട്ടുകാർക്കും താനൊരു ബാധ്യതയായി മാറിയോ എന്ന ഭയവും അവൾക്കുണ്ടായിരുന്നു. അവളുടെ അസുഖം പല രീതിയിൽ

അവളെ വേട്ടയാടിക്കൊണ്ടിരുന്നു. കുറച്ചു ദൂരം നടന്നാൽ മതി പെട്ടെന്ന് കിതക്കും, കാലിൽ നീര് വരും, മൂക്കിൽ നിന്ന് പലപ്പോളും രക്തവും വരാറുണ്ട്.

ഈ അസുഖം ഇനിയൊരിക്കലും തന്നെ വിട്ട് പോകില്ലെന്ന് അവൾക്ക് ബോധ്യമായി. ഈ ദുരിതത്തിലേക്ക് ആഷിക്കിനെ വലിച്ചിഴക്കാൻ അവൾക്ക് മനസ്സ് വന്നില്ല. അവനെ പിന്തിരിപ്പിക്കാൻ അവൾ ഒരുപാട് ശ്രമിച്ചു. പക്ഷേ ഒരു നിസ്സാര അസുഖത്തിന്റെ പേരിൽ അവളെ ഉപേക്ഷിക്കാനോ മറക്കാനോ അവൻ തയ്യാറായിരുന്നില്ല.
പഠിത്തം പൂർത്തിയാക്കി കഴിഞ്ഞപ്പോൾ ആരെയും ആശ്രയിക്കാതെ ആരെയും ബുദ്ധിമുട്ടിക്കാതെ ജീവിക്കണം എന്ന ചിന്ത മാത്രമായിരുന്നു മാളുവിന്. ഒരു ജോലി കൂടിയേ തീരൂ. അങ്ങനെ അവൾക്ക് കാനഡയിലേക്ക് പോകാൻ ഒരവസരം ലഭിച്ചു. അസുഖവും വയ്ച്ചു കൊണ്ട് അത്ര ദൂരം പോകാൻ മാതാപിതാക്കൾ എതിർപ്പ് പ്രകടിപ്പിച്ചു. പക്ഷേ അവളത് വകവച്ചില്ല. പോയേ തീരൂ എന്ന് വാശി പിടിച്ചു. ജീവിതത്തോട് ജയിക്കാനുള്ള വാശി, അല്ലെങ്കിൽ പൊരുതി മരിക്കാനുള്ള വാശി. എല്ലാം എതിർപ്പുകളെയും അവഗണിച്ച് അവൾ കാനഡയിലേക്ക് പോയി.

അവിടെ ഒരു അപ്പാർട്മെന്റിൽ അഞ്ച് പേരോടൊപ്പം അവളും താമസിച്ചു. അവർ അവൾക്ക് വേണ്ട സഹായങ്ങളൊക്കെ ചെയ്ത് കൊടുത്തു. അവൾക്ക് വേണ്ടി അവർ പ്രാർത്ഥിച്ചു. സമയം കിട്ടുമ്പോഴെല്ലാം അവളെയും കൊണ്ട് പള്ളിയിൽ പോയി.

സുഖമില്ലാതിരുന്നിട്ട് കൂടി മാളു ജോലിക്ക് പോയി. തിരക്കിനിടയിലോ മനപ്പൂർവ്വമോ മാളു ആഷിക്കിനെ വിളിക്കുന്നതും സംസാരിക്കുന്നതും കുറച്ചു. അവൾക്ക്

ജീവിതത്തെ കുറിച്ചുള്ള പ്രതീക്ഷകളൊക്കെ നഷ്ടപ്പെട്ടിരുന്നു. തന്റെ കഷ്ടതകളിലേയ്ക്ക് അവനെ കൂടി പെടുത്തണ്ടെന്ന് അവളുടെ മനസ്സ് പറഞ്ഞു. പതിയെ പതിയെ അവൾ അവനിൽ നിന്ന് അകലാൻ തുടങ്ങി. പക്ഷേ അവൾ തന്നിലേക്ക് തിരിച്ച് വരുമെന്ന് അവന് അപ്പോഴും പ്രതീക്ഷ ഉണ്ടായിരുന്നു.

രണ്ട് വർഷം കടന്ന് പോയി. മാളുവിന് നല്ല ജോലി കിട്ടി. നല്ല ശമ്പളവും ഉണ്ട്. ആരെയും ആശ്രയിക്കാതെ ജീവിക്കാം എന്ന നിലയിലായി. പക്ഷേ ഒന്ന് മാത്രം അവളിൽ നിന്നകന്ന് പോയി, ആഷിക്ക്.

ഇത്തവണ നാട്ടിൽ പോകുമ്പോൾ ആഷിക്കിനെ കാണണം, അവന് ഇഷ്ടമാണെങ്കിൽ അവനോടൊപ്പം ജീവിക്കാൻ തയ്യാറാണെന്ന് തുറന്ന് പറയണം എന്ന് അവളാഗ്രഹിച്ചു. പക്ഷേ നാട്ടിലെത്തിയപ്പോൾ അറിയാൻ കഴിഞ്ഞത് അടുത്ത മാസം അവന്റെ വിവാഹമാണെന്നാണ്. ആഷിക്കിന് വീട്ടുകാരുടെ നിർബന്ധത്തിന് വഴങ്ങിക്കൊടുക്കേണ്ടി വന്നു.

ഒരു വിളിക്ക് വേണ്ടി, ഒരു വാക്കിനു വേണ്ടി കാത്തിരുന്ന രണ്ട് വർഷങ്ങൾ വേദനകൾ മാത്രമാണ് അവന് സമ്മാനിച്ചത്. ഇനിയും വേദനിപ്പിക്കാൻ വയ്യാത്തത് കൊണ്ട് മാളു പിന്നെയവനെ കാണാൻ കൂട്ടാക്കിയില്ല. പക്ഷേ അവൾക്ക് വല്ലാത്ത നഷ്ടബോധം തോന്നി.

ഒരിക്കൽ അവൻ അവളെ തന്റെ ജീവിതത്തിലേയ്ക്ക് ക്ഷണിച്ചതാണ്. അന്ന് അവൻ വിളിച്ചപ്പോൾ മറ്റൊന്നിനെ പറ്റിയും ചിന്തിക്കാതെ അവനോടൊപ്പം പോയാൽ മതിയായിരുന്നു എന്നോർത്തപ്പോൾ പൊട്ടിക്കരയാൻ തോന്നി. കുട്ടിക്കാലത്ത് ഒറ്റപ്പെടൽ അനുഭവപ്പെടുമ്പോൾ ചെന്നിരിക്കാറുള്ള ചെമ്പക മരത്തിന്റെ ചോട്ടിൽ ചെന്നിരുന്ന്

ആരും കാണാതെ മാളു പൊട്ടിക്കരഞ്ഞു.

അന്നവളൊരു തീരുമാനമെടുത്തു ഇതെന്റെ അവസാനത്തെ കണ്ണുനീരാണ്, ഇനി ഞാൻ കരയില്ല. ജീവിതത്തിൽ ഒരു നഷ്ടത്തിനും ഒരു വേർപാടിനും ഇനി എന്നെ തളർത്താനാവില്ല. ആ തീരുമാനം വീണ്ടും അവളെ കാനഡയിൽ കൊണ്ട് ചെന്നെത്തിച്ചു. അവിടെ അവളെ കാത്ത് വലിയൊരു ലോകമുണ്ടായിരുന്നു. ആശ്രയം നഷ്ട്ടപ്പെട്ട പലതരം രോഗങ്ങൾക്കടിമപ്പെട്ടവർ. അവരെല്ലാം അവളുടെ ഉറ്റവരായി മാറി.

ഇന്ന് രോഗങ്ങൾ കൊണ്ട് കഷ്ട്ടപ്പെടുന്ന നൂറുകണക്കിന് രോഗികളെ ശിസ്രൂഷിക്കുന്ന ഒരു വലിയ മനസ്സിന്റെ ഉടമയായ ഭൂമിയിലെ കാണാത്ത ചിറകുള്ള ഒരു മാലാഖയാണവൾ. ജീവിതത്തിലെ എല്ലാം സുഖങ്ങളും ഉപേക്ഷിച്ച് സ്വന്തം ജീവിതം കഷ്ടപ്പെടുന്നവർക്ക് വേണ്ടി മാറ്റി വയ്ച്ച മാലാഖ. ഒരമ്മയുടെ വാത്സല്യത്തോടെ അശരണരെ തന്റെ സ്നേഹത്തിന്റെ ചിറകിൽ പൊതിഞ്ഞ് സംരക്ഷിക്കുന്ന ഈ മാലാഖയെ അഭിമാനത്തോടെ ആദരവോടെ വിളിക്കാം "അമ്മച്ചിറകുള്ള മാലാഖ."

3

കോരി ചൊരിയുന്ന മഴയിലും അരുന്ധതിയുടെ ശബ്ദം ഉയർന്നു കേൾക്കുന്നുണ്ടായിരുന്നു. തിരുവനന്തപുരത്തെ ടെക്നോപാർക്കിലെ ഒരു ഉയർന്ന ഉദ്യോഗസ്ഥനായ രാജീവന്റെ ഭാര്യയാണ് അരുന്ധതി. രാജീവൻ ഇന്ന് ഓഫീസിൽ നിന്നും താമസിച്ചാണ് വീട്ടിൽ എത്തിയത്. അതിനെ സംശയിച്ചു നോക്കുന്ന അരുന്ധതി ഭർത്താവിനെ ചോദ്യം ചെയ്യുകയാണ്.

"ദേ മനുഷ്യാ സത്യം പറഞ്ഞോ നിങ്ങൾ ഇത്രേം നേരം എവിടെയായിരുന്നു, എന്നും 8 മണിക്ക് വരുന്ന നിങ്ങൾ ഇന്ന് അര മണിക്കൂർ താമസിച്ചു.

"എന്റെ പൊന്നു അരുന്ധതി നീയൊന്നു ഒച്ച കുറക്കോ, അപ്പുറത്തും ഇപ്പുറത്തുമൊക്കെ ആൾക്കാരുണ്ട്. മഴആയത് കൊണ്ട് എനിക്ക് ബൈക്ക് ഓടിക്കാൻ പറ്റാത്തോണ്ട് ഞാൻ മഴ ഒന്നു കുറഞ്ഞപ്പോഴാണ് ഓഫീസിൽ നിന്നു ഇറങ്ങിയത്. ദേ കണ്ടില്ലേ എന്നിട്ടും ഞാനാകെ നനഞ്ഞു. നീയെന്തിനാ എന്നെ ഇങ്ങനെ തൊട്ടതിനും പിടിച്ചതിനുമൊക്കെ സംശയിക്കുന്നത്. എന്റെ ലോകം നീയാണ് അതെന്നാണ് നീയൊന്നു മനസിലാക്കുന്നത്." എന്നും പറഞ്ഞു കൊണ്ട് രാജീവൻ കുളിക്കാനായി കുളിമുറിയിൽ കയറി വാതിലടച്ചു.

അരുന്ധതി സംശയം മറാത്ത മട്ടിൽ നെറ്റി ചുളിച്ച് രാജീവൻ പോകുന്നതും നോക്കി അൽപനേരം നിന്നിട്ട് അടുക്കളയിലേക്ക് പോയി. രാജീവൻ കുളികഴിഞ്ഞു വന്നു ടീവി ഓണാക്കി കൊണ്ട് അരുന്ധതിയോട് പറഞ്ഞു "ടീ അത്താഴം വിളമ്പ്".

രാജീവൻ ടീവിയിൽ ഓരോ ചാനലുകൾ മാറ്റി മാറ്റിക്കൊണ്ട് അടുക്കളയിലേക്ക് നോക്കി ഒന്നും കൂടി ഉച്ചത്തിൽ പറഞ്ഞു.

"ദേ കൊണ്ട് വരുന്നു മനുഷ്യാ അലറിവിളിക്കണ്ട" അവൾ അടുക്കളയിൽ നിന്നും വിളിച്ചു പറഞ്ഞു കൊണ്ട് അത്താഴവുമായി പിറു പിറുത്ത് കൊണ്ട് വന്നു. ഡയനിങ് ടേബിളിൽ അത്താഴം വിളമ്പി രാജീവനെ വിളിച്ചുകൊണ്ട് അവളും അടുത്തുള്ള കസേരയിൽ ഇരുന്നു. രാജീവൻ ഭക്ഷണം കഴിക്കാൻ തുടങ്ങി. രാജീവൻ ഇടയ്ക്ക് അരുന്ധതിയെ നോക്കുന്നുണ്ട്.

എന്നിട്ട് സ്വയം മനസ്സിൽ പറഞ്ഞു എന്ത് പറ്റി ഇവൾക്ക് ഇങ്ങനെ അടുത്ത് ഇരിക്കാറില്ലല്ലോ കിട്ടുന്ന സമയം വഴക്കിടാനല്ലേ നോക്കുന്നത്. എന്തോ ഉണ്ട്. അരുന്ധതിയും എന്തോ ചോദിക്കാനെന്ന മട്ടിൽ ഇരിക്കുന്നുണ്ട്. രാജീവൻ കാര്യം തിരക്കി.

"എനിക്ക് ഒരു കാഞ്ചീപുരം സാരി വേണം അടുത്ത ആഴ്ച്ച ആ സൂസന്റെ മോൾടെ കല്യാണമാണ്. അവളൊരു പൊങ്ങച്ചക്കാരിയാണ് എനിക്ക് അവളുടെ മുന്നിൽ ഒന്ന് ഷൈൻ ചെയ്യണം."

"കഴിഞ്ഞ ആഴ്ച്ചയല്ലേ രണ്ടുമൂന്ന് സാരി വാങ്ങിച്ചത്,

അനാവശ്യമായി എന്തിനാ ആഡംബരം" ചോറ് വായിൽ വച്ചു കൊണ്ട് അയാൾ പറഞ്ഞു. ഇതു കേട്ടതും അരുന്ധതി ചാടി എഴുന്നേറ്റു.

"നിങ്ങൾ ആർക്കുവേണ്ടിയാ ഈ സമ്പാദിച്ചു കൂട്ടുന്നത്, എല്ലാം കൂടി നിങ്ങൾ പൂഴ്ത്തിവച്ചോ, കൊഞ്ചിക്കാനാണേൽ ഒരു കുഞ്ഞു പോലുമില്ല. എന്ത് ചോദിച്ചാലും കുറേ കണക്കുകൾ. നിങ്ങളുടെ സുഹൃത്തുക്കൾക്ക് വേണ്ടി നിങ്ങൾ എന്ത് മാത്രം പണം ചിലവാക്കുന്നു. ഞാനൊരു സാരി ചോദിച്ചപ്പോൾ നിങ്ങൾക്ക് ആഡംബരമായി പോയോ."

"എന്റെ പൊന്നേ നീയെന്തിനാ എപ്പോഴും വഴക്കുണ്ടാക്കുന്നത് വാങ്ങി തരില്ലെന്ന് പറഞ്ഞില്ലല്ലോ, വെറുതെ മറ്റുള്ളവരെ കാണിക്കാൻ എന്തിനാ പണം കളയുന്നത്. വന്നു വന്നു നിന്റെ ഈ വഴക്ക് എന്നെ മടുപ്പിക്കുന്നുണ്ട് കേട്ടോ."

"നിങ്ങൾക്ക് മടുക്കും നിങ്ങൾ വേറെ ആരേലും കണ്ടു വച്ചിട്ടുണ്ടോ." അവളും വിട്ടുകൊടുക്കാതെ ഉച്ചത്തിൽ ചോദിച്ചു.

"എന്റെ ദൈവമേ എനിക്ക് വയ്യ" ഭക്ഷണം ബാക്കി വച്ചു അയ്യാൾ എഴുന്നേറ്റു കൈ കഴുകി ടീവിയിൽ അൽപനേരം ന്യൂസ് കാണാൻ പോയി. അരുന്ധതി പിന്നെയും എന്തൊക്കയോ പിറുപിറുക്കുന്നുണ്ടായിരുന്നു.
രാജീവൻ കുറച്ചുനേരം ന്യൂസ് കണ്ട ശേഷം ടിവി ഓഫ് ചെയ്തു മുറിയിലേക്ക് പോയി. ബാഗിൽ നിന്നും ലാപ്ടോപ്പ് എടുത്ത് ഓൺ ചെയ്തു, ഓഫീസ് വർക്ക് ചെയ്യാൻ തുടങ്ങി. അരുന്ധതി അടുക്കളയിൽ ബാക്കി ജോലികൾ ചെയ്യുന്ന തിരക്കിലാണെങ്കിലും രാജീവിനോടുള്ള ദേഷ്യത്തിൽ പാത്രങ്ങൾ അങ്ങോട്ടുമിങ്ങോട്ടും ശബ്ദമുണ്ടാക്കി

പ്രതിഷേധിക്കുന്നുണ്ടായിരുന്നു.

"അരുന്ധതി നീ ഇങ്ങനെ പാത്രങ്ങൾ ഇട്ട് സൗണ്ട് ഉണ്ടാക്കല്ലേ ഞാൻ വർക്കിൽ ഇരിക്കുവാണ് എന്റെ കോൺസെൻട്രേഷൻ പോകും." രാജീവൻ വർക്കിന് ഇടയിൽ അടുക്കളയിലേക്ക് നോക്കി വിളിച്ചു പറഞ്ഞു.
"ഓ പിന്നെ ഇന്ത്യൻ പ്രധാനമന്ത്രിക്ക് ഇല്ലാത്ത ജോലി ഒന്നും അല്ലല്ലോ നിങ്ങൾ ചെയ്യുന്നത്".
അരുന്ധതി പുച്ഛ് സ്വരത്തിൽ അടുക്കളയിൽ നിന്ന് കൊണ്ട് മറുപടി നൽകി.

"നിന്നോട് പറയാൻ വന്ന എന്നെ പറഞ്ഞാൽ മതിയല്ലോ" രാജീവൻ പിറുപിറുത്തുകൊണ്ട് അടുക്കളയിലെ ശബ്ദങ്ങൾ കേൾക്കാതിരിക്കാൻ ഡോർ അടച്ച് ലാപ്ടോപ്പിൽ മുഴുകി.

"എത്ര ജോലി ചെയ്താൽ എന്താ ഒരു സാരി മേടിക്കാൻ പൈസ തരാത്ത മനുഷ്യനല്ലേ." അരുന്ധതി കുറച്ച് പിണക്കത്തോടെ പറഞ്ഞുകൊണ്ട് അത്താഴം കഴിക്കാൻ ആയി ഒരുങ്ങി.

അപ്പോഴേക്കും സമയം രാത്രി 10 മണി ആയി കഴിഞ്ഞിരുന്നു. സെൽഫോണിന്റെ മണിയടി ശബ്ദം കേട്ട് രാജീവൻ വർക്ക് മതിയാക്കി എഴുന്നേറ്റു.

"ആരാ ഈ സമയത്ത് ജിജ്ഞാസയോടെ രാജീവൻ ഫോണിലേക്ക് നോക്കി. ഫോണിന്റെ സ്ക്രീനിൽ മാത്യു സാർ എന്ന് എഴുതിയിരിക്കുന്നു. മാത്യു രാജീവന് ഒപ്പം വർക്ക് ചെയ്യുന്ന സഹപ്രവർത്തകൻ ആണ്. കൂടാതെ അവർ ക്ലാസ്മേറ്റ്സ് കൂടിയാണ്.

"ആഹാ മാത്യു സാർ ആണല്ലോ" ഒരു ചെറു പുഞ്ചിരിയോടെ രാജീവൻ ഫോൺ എടുത്തു.
"എന്താടോ ഈ സമയത്ത് നമ്മൾ ഇപ്പോൾ കണ്ടു പിരിഞ്ഞതല്ലേ ഉള്ളൂ" രാജീവൻ ചോദിച്ചു.

"ഒന്നും ഇല്ലെടോ ഞാനൊരു കാര്യം പറയാം വിളിച്ചതാണ്. ഞാൻ നാളെ ലീവാണ്" മാത്യൂസ് പറഞ്ഞു.
"എന്താ പെട്ടെന്ന് ലീവ് എടുത്തത് ഓഫീസിൽ വയ്ച്ച് താൻ പറഞ്ഞില്ലല്ലോ" രാജീവൻ ലാപ്ടോപ്പ് മടക്കി വെച്ചു കൊണ്ട് തെല്ല് ആകാംക്ഷയോടെ മാത്യുവിനോട് ചോദിച്ചു.

"നാളെ വൈഫിന്റെ ഒരു റിലേറ്റീവി ന്റെ മകളുടെ ബർത്ത് ഡേ ഫംഗ്ഷൻ ആണ്. നാളെ ലീവ് എടുക്കാൻ ഒരാഴ്ച്ച മുന്നേ എന്നെ ചട്ടം കെട്ടിയതാണ് അവൾ. ജോലിത്തിരക്ക് കാരണം ഞാൻ ലീവിന്റെ കാര്യം മറന്നുപോയി. ഇനി ലീവ് എടുത്തില്ലെങ്കിൽ പിന്നെ ഒരാഴ്ച്ച ഞാൻ പട്ടിണിയിൽ ആകും. ഒന്നും മിണ്ടാതെ ഇരുന്നു കളയുമെടോ. എന്തിനാ വെറുതെ നമ്മളായിട്ട് ഒരു കുടുംബകലഹം ഉണ്ടാക്കുന്നത്" മെല്ലെ ചിരിച്ചുകൊണ്ട് മാത്യൂസ് പറഞ്ഞു.
രാജീവൻ അതുകേട്ട് ചിരിച്ചു പോയി. അപ്പോൾ ഞാൻ വിളിച്ചത് നാളെ അത്യാവശ്യമായി ചില ഫയൽസ് കൊടുക്കാൻ ഉണ്ട്. താൻ അതൊന്നും ഹാൻഡിൽ ചെയ്താൽ.." വാക്കുകൾ മുഴുമിപ്പിക്കാതെ മാത്യൂസ് ഒന്ന് അറച്ചു.

"അതിനെന്താ അത് ഞാനേറ്റു, നീ പോയി പാർട്ടി എൻജോയ് ചെയ്തിട്ട് വാടോ." രാജീവൻ പറഞ്ഞു.
"താങ്ക്യൂ രാജീവൻ, ലീവിന്റെ കാര്യം ഓഫീസിൽ ഞാൻ മെയിൽ ചെയ്തേക്കാം" സന്തോഷത്തോടെ അദ്ദേഹം നന്ദി പറഞ്ഞു.

"ഓക്കേ" രാജീവൻ പറഞ്ഞു".

"എന്നാൽ ഗുഡ് നൈറ്റ്" മാത്യൂസ് പറഞ്ഞു. തിരിച്ചും ഗുഡ് നൈറ്റ് പറഞ്ഞുകൊണ്ട് രാജീവൻ കോൾ കട്ട് ചെയ്ത് ഫോൺ മേശപ്പുറത്തു വച്ചു. എന്നിട്ട് വീണ്ടും ലാപ്ടോപ്പ് തുറന്നു വർക്ക് ചെയ്യാൻ തുടങ്ങി. അപ്പോഴേക്കും ജഗ്ഗിൽ വെള്ളവുമായി അരുന്ധതി മുറിയിലേക്ക് വന്നു. വെള്ളം മേശപ്പുറത്തു വച്ച് അവൾ ഡോറിന്റെ കുറ്റിയിട്ടു.
എന്നിട്ട് നീരസത്തോടെ അവൾ ബെഡിന്റെ ഷീറ്റ് മാറ്റി കൊണ്ട് പുതിയ ഷീറ്റ് വിരിച്ചു. രാജീവൻ ഇടംകണ്ണിട്ട് അരുന്ധതിയെ നോക്കി. "നിന്റെ പിണക്കം ഇതുവരെ മാറിയില്ലേ അരുന്ധതി".

അവൾ ഒന്നും മിണ്ടാതെദേഷ്യ ഭാവത്തിൽ തിരിഞ്ഞു ഇരുന്നു. രാജീവൻ എഴുനേറ്റ് ഷെൽഫിൽ നിന്നും കുറച്ചു കാശ് എടുത്ത് കൊണ്ട് അരുന്ധതിയുടെ അടുക്കലേക്ക് ചെന്നു. "ഇനി പുതിയസാരി ഇല്ലാത്തോണ്ട് എന്റെ ശ്രീമതിയുടെ അഭിമാനം പോകണ്ട. ഇതാ കാശ്. നിനക്കിഷ്ടപ്പെട്ടത് മേടിച്ചോ" എന്ന് പറഞ്ഞു കൊണ്ട് രാജീവൻ അരുന്ധതിയുടെ കൈപിടിച്ച് രൂപ കയ്യിലേക്ക് വെച്ച് കൊടുത്തു. അരുന്ധതിയുടെ മുഖത്ത് ഒരു ചെറു പുഞ്ചിരി വിടരുന്നത് രാജീവൻ ശ്രദ്ധിച്ചു. രാജീവൻ അത് കണ്ടെന്നു തോന്നിയപ്പോൾ അവൾ വേഗം മുഖത്തെ ഭാവംമാറ്റി ഗൗരവം നൽകാൻ ശ്രമിച്ചു.

"ദേ മനുഷ്യാ നിങ്ങൾ ഈ മരുന്ന് കഴിച്ചില്ലേ" അവൾ ക്യാഷ് ഭദ്രമായി ബാഗിൽ വച്ചു കൊണ്ട് രാജീവനോട് ചോദിച്ചു.

"അയ്യോ ഇല്ല മറന്നു പോയി" ടേബിളിലേക്ക് നോക്കിക്കൊണ്ട് രാജീവൻ പറഞ്ഞു.

രാജീവനു ബിപി ഉണ്ട് രാവിലെയും വൈകിട്ടും ഓരോ ദിവസവും മരുന്ന് കഴികണം. "നിങ്ങൾ മറക്കും, നിങ്ങൾ ഒരു ദിവസവും കഴിക്കില്ല. എല്ലാ ദിവസവും ഞാൻ തന്നെ വന്ന് എടുത്തു തരണമെന്ന് വെച്ചാൽ,കുറച്ചു അധികാരപൂർവ്വം പറഞ്ഞു കൊണ്ട് അരുന്ധതി ഗുളിക രാജീവനു നൽകി. ജഗ്ഗിൽ നിന്നും വെള്ളമെടുത്ത് രാജീവൻഗുളിക കഴിച്ചു കൊണ്ട് പറഞ്ഞു. "എന്നാൽ നീ കിടന്നോളു എനിക്ക് കുറച്ചു ജോലി കൂടി ഉണ്ട്." അരുന്ധതി പുതപ്പെടുത്തു മൂടി ഉറങ്ങാൻ തുടങ്ങി. രാജീവൻ ലാപ്ടോപ്പിലേക്കും.

അലാറം അടിക്കുന്ന ശബ്ദം കേട്ട് രാജീവൻ കണ്ണ് തുറന്നപ്പോൾ വെളുപ്പിന് ആറുമണിയായി കഴിഞ്ഞിരുന്നു. അയാൾ എഴുന്നേറ്റ് ഫ്രഷ് ആയപ്പോഴേക്കും അരുന്ധതി ചായയുമായി എത്തിയിരുന്നു. ഇന്ന് ഞാൻ ഷോപ്പിങ്ങിന് പോകുന്നുണ്ട്. നിങ്ങൾക്ക് എന്തെങ്കിലും വാങ്ങാൻ ഉണ്ടോ" അരുന്ധതി ചോദിച്ചു.

"ഇല്ല, നീ ബ്രേക്ക് ഫാസ്റ്റ് എടുക്ക്. ഇന്ന് നേരത്തെ പോകണം മാത്യൂസ് ഇന്ന് ലീവ് ആണ് കുറച്ച് ഫയൽസ് ക്ലിയർ ചെയ്യാനുണ്ട്" എന്ന് പറഞ്ഞു കൊണ്ട് രാജീവൻ ഓഫീസിൽ പോകാൻ റെഡിയായി. ബ്രേക്ക് ഫാസ്റ്റ് കഴിച്ച് ധൃതിയിൽ പുറത്തേക്കിറങ്ങി.

"ദേ മനുഷ്യാ ലഞ്ച് എടുത്തില്ല." അരുന്ധതി പുറകിൽ നിന്ന് വിളിച്ചു പറഞ്ഞു.

"വേണ്ട കാന്റീനിൽ നിന്ന് കഴിച്ചോളാം" ബൈക്ക് സ്റ്റാർട്ട് ആക്കി കൊണ്ട് രാജീവൻ പറഞ്ഞു.
രാജീവൻ പോയിക്കഴിഞ്ഞപ്പോൾ അരുന്ധതി ഗേറ്റ് അടച്ച്

കിച്ചണിലേക്ക് പോയി. അടുക്കളയിൽ ജോലി എല്ലാം തീർത്ത് ഷോപ്പിങ്ങിനായി പോകാൻ റെഡിയായി. സ്വന്തമായി ടൂവീലർ ഉള്ളതുകൊണ്ട് അവൾ അതിലാണ് പോയത്. ഷോപ്പിങ് എല്ലാം കഴിഞ്ഞപ്പോഴേക്കും വൈകുന്നേരം 5 മണി ആയി. അയ്യോ സമയം പോയത് അറിഞ്ഞില്ലല്ലോ നേരം വൈകി വീട്ടിലെത്തിയിട്ട് വേണം വൈകിട്ട് ഡിന്നർ തയ്യാറാക്കാൻ. അരുന്ധതി സ്വയം പറഞ്ഞു കൊണ്ട് വണ്ടി സ്റ്റാർട്ടാക്കി വീട്ടിലേക്ക് തിരിച്ചു. വീട്ടിലെത്തി സാധനങ്ങൾ ബെഡ്റൂമിൽ വച്ചിട്ട് അവൾ കിച്ചണിലേക്ക് പോയി.

കോളിംഗ് ബെൽ മുഴങ്ങുന്നത് കേട്ട് അവൾ വാതിൽ തുറന്നു. രാജീവൻ ആയിരുന്നു അത്. വാതിൽ തുറന്നതും അവൾ പതിവില്ലാതെ രാജീവിനെ ഒന്നു നോക്കി.

"നീയെന്താ എന്നെ ഇങ്ങനെ നോക്കുന്നത് വഴിയിൽ നിന്നും മാറി നിലക്ക് അകത്തേക്ക് കയറട്ടെ." രാജീവൻ ധൃതിപ്പെട്ടു.

"നിങ്ങൾക്കെന്താ ആകെ ഒരു വല്ലായ്മ." സംശയത്തോടെ അവൾ ചോദിച്ചു.

"എന്റെ അരുന്ധതി ഞാൻ വന്നു കയറിയതേയുള്ളൂ അതിനുമുമ്പേ എന്നെ ചോദ്യം ചെയ്യാൻ തുടങ്ങിയോ, നീ ഷോപ്പിങ്ങിനു പോയില്ലേ" അരുന്ധതിയുടെ ശ്രദ്ധ തിരിക്കാനന്ന വണ്ണം രാജീവൻ വിഷയം മാറ്റി.

"പോയി,സാരിക്കൊക്കെ എന്താ വില രണ്ടുമൂന്നെണ്ണം ഞാനങ്ങു വാങ്ങിച്ചു. നിങ്ങൾ പോയി ഫ്രഷ് ആകൂ, ഞാൻ ചായ എടുക്കാം." രാജീവൻ ഡ്രസ്സ് മാറ്റി ഫാൻ ഓണാക്കി കട്ടിലിൽ വിശ്രമിച്ചു. അരുന്ധതി ചായയുമായി വന്നു.
"ദാ ചായ, എനിക്ക് കുറച്ച് ജോലി കൂടി ഉണ്ട്. പുറത്തു

പോയത് കാരണം തുണികൾ ഒന്നും വാഷ് ചെയ്തിട്ടില്ല." ബാസ്ക്കറ്റിൽ നിന്നും കഴുകാനുള്ള തുണികൾ എടുത്തുകൊണ്ട് അരുന്ധതി പറഞ്ഞു. രാജീവ് അഴിച്ചിട്ട ഷർട്ട് എടുത്തതും അവൾ നെറ്റിഒന്ന് ചുളിച്ചു. അവൾ ഷർട്ട് ഒന്ന് മണത്തു നോക്കി.

അരുന്ധതിയുടെ മുഖം ചുവന്നു തുടുത്തു. അവൾ രാജീവന് നേരെ ചാടിവീണു. "സത്യം പറയൂ നിങ്ങളുടെ ഷർട്ടിൽ എങ്ങനെയാണ് ലേഡീസിന്റെ പെർഫ്യൂം മണക്കുന്നത്.

"ലേഡീസ് പെർഫ്യൂമോ? എനിക്കറിയില്ല അരുന്ധതി" രാജീവ് ഞെട്ടലോടെ ചാടി എഴുന്നേറ്റു. "ഇല്ല നിങ്ങൾ എന്നെ ചതിക്കുകയായിരുന്നു അല്ലേ നിങ്ങൾ അറിയാതെ അത് നിങ്ങളുടെ ഷർട്ടിൽ വരില്ലല്ലോ" ഷർട്ടിലെ കോളറിൽ പിടിച്ചു ഉലച്ച് കൊണ്ട് അവൾ ചോദിച്ചു.

"എന്നെ ഒന്ന് വിശ്വസിക്ക് ഞാൻ ഒരു തെറ്റും ചെയ്തിട്ടില്ല."

"എനിക്ക് ഒന്നും കേൾക്കണ്ട നിങ്ങൾ ഇത്തരക്കാരനാണെന്ന് ഞാൻ അറിയാൻ വൈകിപ്പോയല്ലോ. ഇന്ന് നേരത്തെ പോയപ്പോൾ എനിക്ക് സംശയമുണ്ടായിരുന്നു. ഏതോ ഒരു അഴിഞ്ഞാട്ടക്കാരിക്കൊപ്പം കഴിഞ്ഞിട്ട് ഇപ്പോൾ നിങ്ങളെ വിശ്വസിക്കാൻ പറയാൻ നാണമില്ലേ."

അവൾ റൂമിൽ ഉണ്ടായിരുന്ന സാധങ്ങൾ എല്ലാം രാജീവന് നേരെ എടുത്ത് എറിയാൻ തുടങ്ങി.
"അരുന്ധതി നീയെന്താ ഈ കാണിക്കുന്നത്" രാജീവൻ തടയാൻ ശ്രമിച്ചു.

"ഇതിന് നിങ്ങളെയല്ല നിങ്ങളെ വളർത്തിയ നിങ്ങളുടെ

അമ്മയെ പറഞ്ഞാൽ മതിയല്ലോ നേർവഴിക്ക് നടത്താൻ കഴിയാതെ വളർത്തിയ ഒരു അമ്മ."

മരിച്ചുപോയ തന്നെ അമ്മയെ കുറ്റം പറഞ്ഞപ്പോൾ രാജീവ് സഹിക്കാൻ കഴിഞ്ഞില്ല. അയാൾ സർവ്വ ശക്തിയും എടുത്ത് അരുന്ധത്തിയെ തലങ്ങും വിലങ്ങും തല്ലി. അവളെ പിടിച്ച് തള്ളി. നിയന്ത്രണം വിട്ട് അവളുടെ തല ചുമരിൽ ഇടിച്ചു. ഒരു നിമിഷം അവൾ ഒന്ന് ദീർഘ ശ്വാസം എടുത്ത ശേഷം തറയിലേക്ക് കമിഴ്ന്നു വീണു. രാജീവൻ അന്ധാളിപ്പോടെ അവളുടെ അരികിലേയ്ക്ക് ചെന്ന് നിലത്ത് നിന്നും അവളെ കോരിയെടുത്തു.
"അരുന്ധതീ" രാജീവൻ ഉറക്കെ വിളിച്ചു. രാജീവൻ അലറി കരയാൻ തുടങ്ങി. ശ്വാസം ഉണ്ടോന്നറിയാൻ രാജീവൻ അരുന്ധതിയുടെ മൂക്കിൽ ഒന്ന് വിരൽ തൊട്ടതും അയാൾ ഞെട്ടി തരിച്ചു പോയി. അവളുടെ മുഖം നെഞ്ചോടമർത്തിക്കൊണ്ട് രാജീവൻ പൊട്ടിക്കരഞ്ഞു.

"എന്നെ വിട്ടു പോകല്ലേ അരുന്ധതി, ഇനി ഒരിക്കലും നിന്നെ ഞാൻ അടിക്കില്ല. കണ്ണുതുറക്കൂ" അരുന്ധതിയുടെ മുഖം ഉയർത്തിക്കൊണ്ട് അവളുടെ നെറുകയിൽ അവൻ ചുണ്ടുകൾ അമർത്തി കൊണ്ട് വാവിട്ട് കരഞ്ഞു. പെട്ടെന്ന് രാജീവൻ കരച്ചില് നിർത്തി മുഖം ഉയർത്തി എന്തോ ആലോചിച്ച ശേഷം ഷർട്ട് എടുത്ത് കയ്യിൽ പിടിച്ച് ഏറെ നേരം അതിലേക്ക് നോക്കി. എന്നിട്ട് അവൻ എന്തോ ആലോചിച്ചു.

വൈകിട്ട് ഓഫീസിൽ നിന്നും ഇറങ്ങിയ ശേഷം രാജീവിന്റെ ബൈക്കിന്റെ ടയർ പഞ്ചർ ആയത് കൊണ്ട് അവൻ പതുക്കെ ബസ് സ്റ്റോപ്പിലേക്ക് നടന്നു. കുറച്ച് നേരം നിന്നപ്പോൾ ഒരു ബസ്സ് വന്നു. രാജീവൻ അതിൽ കയറി.സീറ്റ് ഉണ്ടായിരുന്നതിനാൽ അയാൾ അവിടെ ഇരുന്നു.

ബസ്സ് മുന്നോട്ട് പോയി. അപ്പോഴേക്കും ബസ്സിൽ നല്ല തിരക്കായി കഴിഞ്ഞിരുന്നു.

അടുത്ത സ്റ്റോപ്പിൽ നിന്നും ഒരു അമ്മയും കുഞ്ഞും ബസ്സിൽ കയറി. കുഞ്ഞ് നന്നായി കരയുന്നുണ്ട്. അവർ ബസിനുള്ളിൽ ഒന്ന് കണ്ണോടിച്ചു. സീറ്റ് എല്ലാം ഫുള്ളാണ്. അപ്പോഴാണ് ആ യുവതി രാജീവനോട് ചോദിച്ചത് "സാർ മകനെ മടിയിൽ ഒന്ന് ഇരുത്താമോ കുഞ്ഞു കരയുന്നുണ്ട്." രാജീവൻ കുഞ്ഞിനെ വാങ്ങി മടിയിലിരുത്തി. കുഞ്ഞിന്റെ ദേഹത്ത് നിന്നും നല്ല ലേഡീസിനെ പെർഫ്യൂം മണക്കുന്നുണ്ടായിരുന്നു. അമ്മയുടെ ദേഹത്ത് നിന്നും പടർന്നതാണ് ആ മണം. കുറച്ചു ദൂരം ചെന്നപ്പോൾ യുവതി കുഞ്ഞിനെയും മേടിച്ച് ബസിൽ നിന്നും ഇറങ്ങുകയും ചെയ്തു. കുഞ്ഞിന്റെ ദേഹത്ത് നിന്നും പെർഫ്യൂമിന്റെ ഗന്ധം തന്റെ ഷർട്ടിൽ വന്നതായിരുന്നു എന്ന് രാജീവൻ വേദനയോടെ അപ്പോൾ മനസ്സിലാക്കി.

തന്റെ ഭാര്യയോട് നടന്നത് എന്താണെന്ന് പറയാൻ കഴിയാതെ അയാൾ കുറ്റബോധത്താൽ പരവശനായി. ഒരു നിമിഷം നടന്നത് എന്തായിരുന്നു എന്ന് ഓർത്തെടുക്കാൻ തനിക്ക് കഴിഞ്ഞിരുന്നുവെങ്കിൽ തന്റെ ഭാര്യയുടെ ജീവൻ നഷ്ടമാകാൻ താൻ കാരണക്കാരൻ ആകില്ലായിരുന്നു എന്നോർത്ത് അവൻ ഒരു ഭ്രാന്തനെപ്പോലെ അരുന്ധതിയെ കെട്ടി പിടിച്ച് ഉറക്കെ അലറി. എപ്പോഴും ഭർത്താവിനോട് തട്ടിക്കയറുന്ന സ്വഭാവക്കാരിയായ അരുന്ധതിയും സത്യാവസ്ഥ മനസ്സിലാക്കാൻ ശ്രമിച്ചതുമില്ല.

കുടുംബങ്ങളിൽ ഉണ്ടാകുന്ന മിക്ക വഴക്കുകൾക്ക് പിന്നിലെയും കാരണം തെറ്റിദ്ധാരണകളാണ്. പരസ്പരം സംസാരിച്ച് സത്യാവസ്ഥ മനസ്സിലാക്കിയാൽ

തീരാവുന്നതേയുള്ളു എത്ര വലിയ പരിഭവങ്ങളും.

നിക്കോള ടെസ്ല യുടെ ജീവചരിത്രവും ഒരു യഥാർത്ഥ സംഭവത്തെ ആസ്പദമാക്കിയുള്ള അമ്മച്ചിറകുള്ള മാലാഖ എന്ന കഥയും അതോടൊപ്പം സാങ്കൽപ്പിക കഥയാണെങ്കിൽ കൂടിയും ഒരു നല്ല സന്ദേശം ഉൾക്കൊള്ളുന്ന പെർഫ്യൂം എന്ന കഥയും ഇഷ്ടപ്പെട്ടു എന്ന് പ്രതീക്ഷിക്കുന്നു.

ബന്ധപ്പെടുന്നതിനായി...

സജീവ് കോയിക്കൽ

ഫോൺ : 9447799934 (വാട്ട്സ്ആപ്പ്)

email: sajeevkoikkal@gmail.com

9 798886 671308

Printed by Libri Plureos GmbH in Hamburg,
Germany